AF845521

நாலு வரி நோட்டு

நாலு வரி நோட்டு

என். சொக்கன்

ZDP
SPECIFICS

Title: Naalu Vari Nottu
Author's Name: N Chokkan

Published by ZDP Specifics

ZDP SPECIFICS

(An imprint of Zero Degree Publishing)
No. 55(7), R Block, 6th Avenue,
Anna Nagar,
Chennai - 600 040

Website: www.zerodegreepublishing.com
E Mail id: zerodegreepublishing@gmail.com
Phone: 89250 61999

ZDP Specifics First Edition: February2023
ISBN: 978-93-93882-07-3
TITLE NO ZDPS: 52

Cover Design & Layout: Vijayan, Creative Studio

பொருளடக்கம்

முன்னுரை

அதென்ன 'நாலு வரி நோட்டு'?

பொதுவாகவே, பாடலாசிரியர்களுக்கு நம் சமூகத்தில் மரியாதை ஒரு மாற்றுக் குறைவுதான். கண்ணதாசனும் வைரமுத்துவும் பெரிதாக மதிக்கப்பட்டபோதும், 'இந்தப் பாட்டை எழுதியவர் யார்?' என்ற கேள்வியைத் தமிழர்கள் அவ்வளவாகக் கேட்பதும் இல்லை, அதற்கான பதில் குறித்து அலட்டிக்கொள்வதும் இல்லை.

இணையத்திலோ, அச்சு ஊடகங்களிலோ பல பாடல்கள் சிலாகிக்கப்படும், இசையமைப்பாளர், பாடகரைப் புகழ்வார்கள், அதில் வாயசைத்த நடிகர்கூட கொண்டாடப்படுவார். ஆனால் எழுதியவர் பெயர் குறிப்பிடப்படாது. நாம் வலியச் சென்று சொன்னாலும், 'ஆமா, அதுக்கு என்ன?' என்பார்கள்.

மொழி இன்றி இசை இருக்கலாம், இசை இன்றி மொழி இருக்கலாம், ஆனால் இவை இரண்டும் இணைந்து ஒரு கொண்டாட்டமாகும்போது அதில் சம்பந்தப்பட்ட இருவருக்கும் சம மரியாதை தரப்படவேண்டுமல்லவா? அந்தவிதத்தில் நம்முடைய சமூகம் பாடலாசிரியர்களுக்குப் பெரும் துரோகம் செய்துவருகிறது, இன்றும்.

அந்த எண்ணத்தைக் கொஞ்சமேனும் மாற்றும் முயற்சிதான் 'நாலு வரி நோட்டு'. அடுத்தமுறை ஒரு நல்ல பாட்டைக் கேட்கும்போது, வரிகளைக் கொஞ்சம் கவனிக்கத் தோன்றினால், 'இதை எழுதியது யாராக இருக்கும்?' என்கிற கேள்வியாவது உங்கள் மனத்தில் எழுந்தால் சந்தோஷம்.

1. ஏலப்பூ

படம்: சின்ன தம்பி
பாடல்: அரச்ச சந்தனம்
எழுதியவர்: கங்கை அமரன்
இசை: இளையராஜா
பாடியவர்: S. P. பாலசுப்ரமணியம்

மான்விழி, ஒரு தேன்மொழி, நல்ல மகிழம்பூவு அதரம்,
பூ நிறம், அவ பொன்னிறம், அவ சிரிக்க நெனப்பு சிதறும்,
ஏலப்பூவு கோலம் போடும் நாசிதான், பல
ஜாலத்தோடு ஆடப் போகும் ராசிதான்!

ஒரு பெண்ணின் மூக்கைப்பற்றிப் பலவிதமான வர்ணனைகளைப் படித்திருக்கிறோம். ஆனால் எனக்குத் தெரிந்து இந்த ஒரு பாட்டுமட்டும்தான் நாசிக்கு ஏலப்பூவை உவமை காட்டுகிறது.

நான் ஏலக்காய் பார்த்திருக்கிறேன், ஏலப்பூ பார்த்ததில்லை. இதைக் கேட்டவுடன், Cardamom Flower என்று கூகுள் செய்து பார்த்தேன், அழகான மூக்கு :) கிராமத்தில் வளர்ந்த கங்கை அமரன் கண்ணில் இப்படி ஒரு உவமை சிக்கியதில் ஆச்சர்யமே இல்லைதான்!

இன்னும் கொஞ்சம் தேடியதில், ஒரு நாடோடிப் பாடல் கிடைத்தது. அதில் குழந்தையின் அழகுக் கண்ணுக்கு ஏலப்பூ உவமையாகிறது:

கண்மணியே ஏலப்பூ, காதிரண்டும் பிச்சிப்பூ,
மேனி மகிழம்பூ, மேற்புருவம் சண்பகப்பூ!

2. தண்ணீர் ஆடை

படம்: மகாநதி
பாடல்: தைப் பொங்கலும் வந்தது
எழுதியவர்: வாலி
இசை: இளையராஜா
பாடியவர்: K.S. சித்ரா

தைப் பொங்கலும் வந்தது, பாலும் பொங்குது, பார்த்துச் சொல்லடியோ,
வண்ண மங்கையர் ஆடிடும் மகாநதியைப் போற்றிச் சொல்லடியோ,
இந்தப் பொன்னி என்பவள் தென்னாட்டவர்க்கு அன்பின் அன்னையடி,
இவள் தண்ணீர் என்றொரு ஆடை கட்டிடும் தெய்வ மங்கையடி!

கவிஞர் வாலியின் திரைப்பாடல் வரிகளில் நிறைய பழந்தமிழ் இலக்கியத் தொடர்ச்சியைப் பார்க்கலாம். அதாவது, அன்றைய புலவர்கள் பயன்படுத்திய பல உத்திகளை இவரும் மிக நுட்பமாகவும் அழகோடும் போகிற போக்கில் சொல்லிவிடுவார்.

உதாரணமாக, இந்தப் பாடலில் காவிரி ஆற்றை அவர் இப்படி வர்ணிக்கிறார்: 'தண்ணீர் என்றொரு ஆடை கட்டிடும் தெய்வ மங்கை'!

பூமியில் பெரும்பகுதி தண்ணீர் என்பதாலேயோ என்னவோ, நில மகளைத் 'தண்ணீர்ச் சேலை கட்டிய பெண்' என விவரிப்பது ஒரு பழைய மரபு, இதைச் சொல்லும் ஒரு பிரபலமான பாடலை நீங்கள் நிச்சயமாகக் கேட்டிருப்பீர்கள்: 'நீர் ஆரும் கடல் உடுத்த நில மடந்தை'!

'மனோன்மணீயம்' காவியத்தில் இடம்பெறும் இந்தப் பாடல், நம் தமிழக அரசால் அங்கீகரிக்கப்பட்ட தமிழ்த்தாய் வாழ்த்தாக மாறியுள்ளது. அதன் முதல் வரிக்கு அர்த்தம், 'நீர் நிறைந்த கடலை உடுத்திய நில மகளே!'

இன்னும் கொஞ்சம் பழைய உதாரணம் வேண்டுமா? கம்பன் வரி: மூரி நீர் ஆடை இரு நில மடந்தை.

'மூரி நீர்' என்றால் வலிமை மிகுந்த (கடல்) நீர், அதனால் செய்த ஆடையை உடுத்திய 'இரு நில மடந்தை', பெரிய பூமிக்குத் தலைவியாகிய நிலமகள்!

3. வட்டிச் சோறு

படம்: கிழக்குச் சீமையிலே
பாடல்: ஆத்தங்கர மரமே
எழுதியவர்: வைரமுத்து
இசை: ஏ. ஆர். ரஹ்மான்
பாடியவர்கள்: மனோ, சுஜாதா

மாமனே, ஒன்னக் காங்காம, வட்டியில் சோறும் உங்காம
பாவி நான் பருத்தி நாராப் போனேனே!
காகம்தான் கத்திப் போனாலும், கதவுதான் சத்தம் போட்டாலும்
உன் முகம் பா(ர்)க்க ஓடி வந்தேனே!

கிராமிய மொழியில் எழுதப்பட்ட இந்தப் பாடலில் வரும் 'காங்காம', 'உங்காம' என்கிற வார்த்தைகளைக் 'காணாமல்', 'உண்ணாமல்' என்று வாசிக்கவேண்டும், அது எல்லாருக்கும் தெரியும்.

ஆனால், அதென்ன 'வட்டியில் சோறும் உங்காம'?

'வட்டி' அல்லது 'வட்டில்' என்பது தட்டையான வட்ட

வடிவப் பாத்திரம். அதில் சோறு உண்பதைதான் இப்படிக் குறிப்பிட்டிருக்கிறார் வைரமுத்து.

செட்டிநாடு பகுதியில் இதை வைத்து ஒரு வேடிக்கையான வாசகமும் உண்டு. 'அவன் வட்டியில் சாப்பிடுகிறான்' என்றால், வட்ட வடிவப் பாத்திரத்தில் சாப்பிடுகிறான் என்று ஓர் அர்த்தம், பணத்தை மற்றவர்களுக்குக் கடன் கொடுத்து, அதில் வரும் வட்டித் தொகையை வைத்துச் சாப்பிடுகிறான் என்று இன்னோர் அர்த்தம்.

யார் கண்டது? இந்தக் கதாநாயகி கிராமத்தில் வட்டிக்கடை வைத்திருந்தாளோ என்னவோ!

4. வளைகாப்பு அலங்காரம்

படம்: எஜமான்
பாடல்: ராக்கு முத்து ராக்கு
எழுதியவர்: வாலி
இசை: இளையராஜா
பாடியவர்: எஸ். பி. பாலசுப்ரமணியம்

அடி ராக்கு முத்து ராக்கு, புது
ராக்குடியைச் சூட்டு!
வளை காப்பு தங்கக் காப்பு, இவ
கைப்பிடிச்சுப் பூட்டு!

இந்தப் பாடலைக் குறைந்தபட்சம் நூறு முறையாவது கேட்டிருப்பேன். ஆனால், அந்த ஆறாவது வார்த்தை(ராக்குடி)க்கு என்ன அர்த்தம் என்று ஒருமுறைகூட யோசித்ததில்லை.

'ராக்குடி' என்றால் என்ன? ராத்திரி நேரத்தில் கும்பலாக உட்கார்ந்து தண்ணி போடுவதா?

அடுத்த வார்த்தை 'சூட்டு' என்று இருக்கிறது. ஆகவே, 'ராக்குடி' என்பது ஒரு மலர் அல்லது நகையாகதான் இருக்கவேண்டும் என்று தோன்றியது.

அதுவும், 'சூடு' என்று சொல்லாமல், 'சூட்டு' என்று பாடுகிறார் *SPB*. ஆக, இந்தப் பாடலின் தொடக்கத்தில் விளிக்கப்படும் 'முத்து ராக்கு' என்ற பெண் அந்த நகையை / மலரைச் சூடிக்கொள்ளப்போவதில்லை, இன்னொருவருக்கு, அதாவது, இந்தப் பாடல் அமைப்பின்படி வளைகாப்பு கொண்டாடும் கதாநாயகிக்கு அதைச் சூட்டிவிடப்போகிறார்.

'பெண்களுக்கு வளைகாப்பின்போது ராக்குடி என்ற நகையை அணிவிப்பார்களா?' என் மனைவியிடம் கேட்டேன்.

'ஆமாம், கல்யாணம், வளைகாப்பு, பரதநாட்டியம் மாதிரி நிகழ்ச்சியிலெல்லாம் ராக்குடின்னு ஒரு நகையைத் தலையில அணிஞ்சுக்குவாங்க' என்றார் அவர். கூடவே, 'இதுகூட தெரியாதா உனக்கு?' என்று கேவலமாகப் பார்த்தார்.

'ம்ஹூம், தெரியாதே, உன்கிட்ட அந்த ராக்குடி இருந்தா கொஞ்சம் காண்பித்து உதவு' என்றேன்.

'என்கிட்ட இல்லை' என்றார் அவர். 'வேணும்ன்னா கடைக்குப் போய்ப் புதுசா ஒண்ணு வாங்கலாம்.'

ராக்குடியின் விலை என்னவாக இருக்கும் என்று எனக்கு நிச்சயமாகத் தெரியாததால், நைஸாக எஸ்கேப் ஆகி வந்து இணையத்தில் தேட ஆரம்பித்தேன். 'பெண்கள் தலையை வாரியபின் கூந்தலினூடே திருகி அணியும் வட்ட வடிவமான அணிகலன்' என்று விளக்கம் கிடைத்தது.

பின்னர், நண்பர் திருமதி சுஷிமா சேகர் இந்த நகையின் புகைப்படத்தை அனுப்பி உதவினார். அதனை இங்கே பார்க்கலாம்: *http://4varinote.wordpress.com/?attachment_id=70*

நான் விசாரித்தவரையில், ராக்குடி ஒரு புராதன நகை. அதை மிகப் பொருத்தமாகவும் மெட்டுக்கு இசைவாகவும் இந்தப் பாடலில் அழகுறப் பயன்படுத்தியிருக்கிறார் வாலி.

அப்புறம் ஒரு விஷயம், இந்தப் பாடல் ஆர். வி. உதயகுமார்

எழுதியதாக கேஸட்டில் குறிப்பிடப்பட்டிருக்கிறது. ஆனால், பாடல் வரிகள், வார்த்தைத் தேர்வுகளைக் கவனிக்கும்போது இது நிச்சயம் வாலியாகதான் இருக்கவேண்டும் என்று எனக்குத் தோன்றியது.

இதனை உறுதிப்படுத்திக்கொள்வதற்காக, 'எஜமான்' திரைப்படத்தின் வீடியோவை இணையத்தில் தேடிப் பிடித்தேன். நான் நினைத்தபடி, 'ராக்கு முத்து ராக்கு'வை எழுதியது வாலிதான், கேஸட்டில் குறிப்பிடப்பட்டுள்ளது தவறு என உறுதிப்படுத்திக்கொண்டேன். அதற்கான சான்று இங்கே: *http://4varinote.wordpress.com/?attachment_id=69*

5. பொலிக! பொலிக!

படம்: பாசமலர்
பாடல்: மலர்ந்தும் மலராத
எழுதியவர்: கண்ணதாசன்
இசை: விஸ்வநாதன், ராமமூர்த்தி
பாடியவர்கள்: டி.எம். சௌந்தர்ராஜன், பி. சுசீலா

நதியில் விளையாடி, கொடியில் தலை சீவி
நடந்த இளம் தென்றலே, வளர்
பொதிகை மலை தோன்றி, மதுரை நகர் கண்டு
பொலிந்த தமிழ் மன்றமே!

தமிழ்த் திரை இசை வரலாற்றிலேயே மிகப் பிரபலமான வரிகள் இவை. தென்றல் காற்று நதியில் விளையாடி, கொடியில் தலை சீவி நடந்து செல்கிற அற்புதமான கற்பனை ஒருபுறம், குழந்தையைத் தென்றலுக்கும் தமிழுக்கும் உவமையாகச் சொல்லும் அழகு இன்னொருபுறம்.

ஆனால், நாம் இப்போது பேசப்போவது, கண்ணதாசன் நடுவே மிகச் சிறப்பாகவும் பொருத்தமாகவும் பயன்படுத்தியிருக்கும் 'பொலிந்த' என்ற வார்த்தையைப்பற்றி.

'பொலிதல்' என்ற இந்த வினைச்சொல் *(Verb)* இப்போது அதிகம் புழக்கத்தில் இல்லை. நல்லவேளையாக, விளம்பர உலகம் அதன் பெயர்ச்சொல் *(Noun)* வடிவத்தைப் பத்திரமாகப் பாதுகாத்துவைத்திருக்கிறது. அன்று முதல் இன்றுவரை, 'என் மேனிப் பொலிவுக்குக் காரணம் லக்ஸ்' என்று சொல்லாத நடிகைகள் உண்டா!

சோப்பு விளம்பரத்தில், 'பொலிவு' என்ற வார்த்தை தோற்றப் பொலிவு, அழகு, சிறப்பு என்பதுபோல் சற்றே சுற்றி வளைத்த பொருள்களில் வருகிறது. ஆனால் இங்கே கண்ணதாசன் எழுதியிருப்பது, அதே வார்த்தையின் நேரடிப் பொருளில், அதாவது வளர்தல், பெருத்தல், கொழித்தல் என்ற அர்த்தத்தில்.

உதாரணமாக, கம்ப ராமாயணத்தில் ஓர் இடத்தில் ராமன் தசரதனைப்பற்றிப் பேசும்போது 'புதல்வரால் பொலிந்தான்' என்கிறான். அதாவது, தசரதன் ஏற்கெனவே சிறப்பான அரசன், பெரிய வீரன்தான், ஆனால் இப்போது, நல்ல மகன்களால் அவன் மேலும் பெருமை பெற்றான்.

'பொலிகாளை' என்று கேள்விப்பட்டிருப்பீர்கள். இதே பொலிவுதான் அங்கேயும், நன்கு பெருத்த, வளமான, சினைக்குப் பயன்படக்கூடிய காளை.

இந்தப் பாடல் வரியில் கண்ணதாசன் மூன்று விஷயங்களைச் சொல்கிறார்:

★ தமிழ் பொதிகை மலையில் தோன்றியது

★ பின்னர், மதுரை நகருக்கு வந்தது

★ அங்கே சங்கம் (மன்றம்) வைத்து வளர்க்கப்பட்டது

இவை மூன்றுமே, சும்மா மெட்டுக்குப் பொருத்தமாகச் சொல்லப்பட்டவை அல்ல. தமிழ் மொழியின் தொடக்கம் பொதிகை மலையில்தான் எனவும், அது மதுரையில் வளர்ந்ததாகவும்தான் நம்மிடம் குறிப்புகள் உள்ளன. குறிப்பாக,

மதுரை தமிழ்ச் சங்கம்தான் தமிழின் இன்றைய வளத்துக்குக் காரணம். அந்தத் தகவல்களையெல்லாம் சர்வசாதாரணமாக, எந்தத் திணித்த உணர்வும் இல்லாமல் பாடலினுள் இணைத்துவிடுகிறார் கண்ணதாசன்.

இந்தக் கோணத்தில் பார்க்கும்போது, 'பொலிந்த' என்ற வார்த்தை எத்துணைப் பொருத்தம்!

இன்னொரு விஷயம், இந்தப் பாட்டைக் கேட்கும்போதெல்லாம் அதிகம் புழக்கத்தில் உள்ள 'தமிழ்ச் சங்கம்' என்ற வார்த்தையைப் பயன்படுத்தாமல் கண்ணதாசன் ஏன் 'தமிழ் மன்றமே' என்று எழுதியிருக்கிறார் என நினைப்பேன்.

ஆனால், அந்த இடத்தில் 'தமிழ்ச் சங்கமே' என்று பாடினால், வல்லின 'ச்' மெட்டில் உட்காராமல் உறுத்துகிறது, 'தமிழ் மன்றமே'தான் சுகமாக இருக்கிறது.

சொல்லப்போனால், இந்த வரிகள் முழுவதுமே வல்லின ஒற்றுகள் இல்லை. அதனால்தான் சும்மா சத்தமாகப் படித்தாலே கீதம் சுகமாக உருண்டோடுகிறது.

அதனால்தான் கண்ணதாசன் தமிழ்ச் சங்கத்தை மன்றம் என எழுதினாரா? அல்லது மதுரையின் சரித்திரத்தில் 'தமிழ் மன்றம்' என்று வேறொரு சமாசாரம் இருக்கிறதா? உங்களுக்குத் தெரிந்தால் சொல்லுங்கள்.

6. ஆடிக் காற்றில் ஓர் அம்மி

படம்: பாயும் புலி
பாடல்: ஆடி மாசக் காத்தடிக்க
எழுதியவர்: வாலி
இசை: இளையராஜா
பாடியவர்கள்: எஸ். பி. பாலசுப்ரமணியம், எஸ். ஜானகி

தொட்டா என்ன? பட்டா என்ன? கெட்டா போகும்!
அம்மியும் அசங்குற ஆடி மாசக் காத்தடிக்க...

செம லோக்கலான டக்கர் பாட்டு இது. நாலு வரியெல்லாம் பிரித்து எழுதினால் அடிக்க வந்துவிடுவார்கள். அதனால், ரெண்டே வரியுடன் நிறுத்திக்கொண்டு நமக்கு வேண்டிய விஷயத்தைப் பார்ப்போம்.

'ஆடி மாசக் காத்துல அம்மியே பறக்கும்' என்பது பழமொழி. அதை இந்தப் பாடலில் பயன்படுத்த நினைத்த வாலிக்கு பல்லவி, அனுபல்லவியில் சரியான வாய்ப்புக் கிடைக்கவில்லை. அதனால், முதல் சரணத்துக்கும் பல்லவிக்கும் நடுவிலுள்ள இடைவெளியில் சரேலென்று நுழைத்துவிடுகிறார்.

இந்தப் பாட்டில் இந்த வரி இருப்பது பல பேருக்குச் சொன்னால்தான் தெரியும். அதைக் கவனித்தவர்களுக்குக்கூட 'அம்மியும் அசையுற' என்றுதான் காதில் விழுந்திருக்கும். ஆனால் அங்கே ஜானகி பாடும் வார்த்தை, 'அசங்குற'தான்.

'அசங்குதல்' என்றால், அதற்குத் தமிழ் அகராதி சொல்லும் பொருள்: நடுங்குதல், அசைதல், தளர்தல்.

'ஆடாது, அசங்காது வா' என்று ஒரு பிரபலமான பக்திப் பாட்டு கேட்டிருப்போம். இன்றைக்கும் பேச்சுவாக்கில் 'ஆடாம, அசங்காம கொண்டு வா' என்பார்கள், அதாவது, 'ஆடாமல், அசையாமல்' என்று அர்த்தம்.

இன்னொரு பொருள், தளர்ந்துவிடுதல். 'அசந்து தூங்கிட்டேன்' என்று சொல்கிறோம், அயர்ந்து என்பதன் கொச்சை வடிவம் இது, அந்த அயர்தலுக்கும், அசதிக்கும், இந்த அசங்கலுக்கும் தொடர்பிருக்கிறது.

அதேபோல், யாராவது ஒரு விஷயத்தைச் சிறப்பாகச் செய்தால் 'அசத்திப்புட்டான்' என்கிறோம். அதாவது என்னை அசரடித்துவிட்டான் / அயரச்செய்துவிட்டான் / அவனது திறமையைப் பார்த்து நான் நடுங்கிப்போனேன் / நம்மால் இது முடியுமா என்று எண்ணித் தளர்ந்துபோனேன்... இப்படிப் பலவிதமாகப் பொருள் கொள்ளலாம்.

ஆனால், இதெல்லாம் கொச்சை வழக்குகளா? அல்லது, 'அசங்க'லுக்கு இலக்கிய உதாரணம் உண்டா?

ராமனுடன் போரிட வந்த ராவணனை வர்ணிக்கும் கம்பர் 'தேவர்கள் வேர்த்து அசங்கிட' என்கிறார். அதாவது, ராவணனின் போர்த் திறமையைப் பார்த்து, தேவர்களுக்கு வியர்த்துவிட்டதாம், நடுங்கிப்போனார்களாம்.

அதுபோலதான், ஆடிக் காற்றில் நடுங்கிய அந்த அம்மியும்!

7. தலைவா, நீ வா!

படம்: பம்பாய்
பாடல்: கண்ணாளனே, எனது கண்ணை
எழுதியவர்: வைரமுத்து
இசை: ஏ.ஆர். ரஹ்மான்
பாடியவர்: கே.எஸ். சித்ரா

கண்ணாளனே,
எனது கண்ணை நேற்றோடு காணவில்லை!
என் கண்களைப் பறித்துக்கொண்டும்
ஏன் இன்னும் பேசவில்லை?

சில வார்த்தைகளைக் கேட்கும்போது அவை மிகவும் நவீனமானவை, சில வருடங்களுக்குமுன்னர், மிஞ்சிப்போனால் சில பத்தாண்டுகளுக்குமுன்னர் கண்டுபிடிக்கப்பட்டவை என்று நினைக்கிறோம். இந்தப் பாடலின் முதல் சொல், அப்படிப்பட்டது.

'கண்ணாளனே' என்பது, ஒரு காதலி தன்னுடைய காதலனை 'என்னுடைய கண் போன்றவனே' என்று அழைப்பதாகப் பொருள் கொண்டு மகிழ்கிறோம். உண்மையில் அது நீண்ட பின்னணி கொண்ட ஒரு புராதனச் சொல்.

சாட்சி வேண்டுமா? இன்னொரு சினிமாப் பாட்டிலேயே தொடங்குவோம், 'கண்ணாளனுடன் கலந்து ஆனந்தம் பெற' என்று பட்டுக்கோட்டை கல்யாணசுந்தரம் எழுதியிருக்கிறார்.

கொஞ்சம் பின்னால் சென்றால், பாரதிதாசன், 'அன்று எனக்குக் காட்சி தந்த கண்ணாளன்' என்று எழுதினார். இன்னும் சற்று பின்னால் சென்றால், வள்ளலார், 'கண்ணாளா, சுடர் கமலக் கண்ணா' என்று கடவுளைப் போற்றினார்.

மேலும் பின்னோக்கிச் செல்வோம், கம்பனும் இந்தச் சொல்லைப் பயன்படுத்தியதுண்டு. 'அறம் வளர்க்கும் கண்ணாளன்' என்று ராமனைப் புகழ்ந்தவர் அவர். கம்பனுக்கு முன்னால், ஆழ்வார்களும் இதே சொல்லைப் பயன்படுத்தியிருக்கிறார்கள், 'கண்ணாளன், கண்ண மங்கை நகராளன்' என்று பாடினார் திருமங்கை ஆழ்வார்.

இன்னும் தொடர்ந்து தேடினால், ஏராளமான 'கண்ணாளன்'கள் கிடைப்பார்கள். அன்றுமுதல் இன்றுவரை நல் அர்த்தம் தருகிற இளமையான தமிழ்ச் சொல் அது. 'சீர் இளமைத் திறம்' என்று மனோன்மணீயம் போற்றுவதுபோல்!

அது சரி, கண்ணாளன் என்ற சொல்லுக்கு உண்மையில் என்ன அர்த்தம்?

இந்த உலகில் எத்தனை இன்பங்கள் இருந்தாலும், அவற்றைக் கண்ணால்மட்டும்தான் காணமுடியும், மற்ற உடல் பாகங்கள் அதனை வெறுமனே அனுபவிக்குமே தவிர, கண்தான் முதலில் பார்க்கும், அதனைப் பெற்றுத்தரும். அதுபோல, 'கண்ணாளன்' என்றால், சுகங்களைப் பெற்றுத் தருகிறவன் என்று பொருள். கம்பனும் ஆழ்வார்களும் இதைக் கடவுளுக்குச் சொன்னார்கள், பட்டுக்கோட்டையாரும் வைரமுத்துவும் காதலன் / கணவனுக்குச் சொன்னார்கள்.

அதென்ன கணவன் மட்டும்? மனைவி கண்போல் இருக்கமாட்டாளா? ஓ, கண்ணாளனுக்குப் பெண்பால் உண்டு, கண்ணாட்டி!

8. மணம்!

படம்: எங்க ஊரு பாட்டுக்காரன்
பாடல்: மதுர மரிக்கொழுந்து
எழுதியவர்: கங்கை அமரன்
இசை: இளையராஜா
பாடியவர்கள்: மனோ, கே.எஸ். சித்ரா

மதுர, மரிக்கொழுந்து வாசம்,
என் ராசாத்தி உன்னுடைய நேசம்!
மானோட பார்வை, மீனோட சேரும்,
மாறாம என்னைத் தொட்டுப் பேசும்!

'மரிக்கொழுந்து' என்று கங்கை அமரன் எழுதிவிட்டார், மனோ, சித்ராவும் அப்படியே பாடிவிட்டார்கள். நாமும் தினசரி வாழ்க்கையில் அப்படியே பயன்படுத்துகிறோம்.

உண்மையில் அந்தச் சொல் 'மருக்கொழுந்து' என்றுதான் இருக்கவேண்டும், பின்னர் பேச்சு நடையில் 'மரிக்கொழுந்து' எனத் திரிந்துவிட்டது. இப்போது இருவிதமாகவும் பயன்படுத்தப்படுகிறது.

தமிழில் ‘மரு’ என்றால் வாசனை என்று அர்த்தம். ‘மரு அமர் குழல் உமை’ என்று திருஞானசம்பந்தர் பாடியிருக்கிறார். அதாவது, வாசனை மிகுந்த கூந்தலைக் கொண்ட உமாதேவி.

அதேபோல், இங்கே மரு + கொழுந்து = வாசனை மிகுந்த கொழுந்து!

9. கண்ணம்மா!

படம்: வண்ண வண்ணப் பூக்கள்
பாடல்: கண்ணம்மா, காதல் எனும் கவிதை சொல்லடி
எழுதியவர்: இளையராஜா
இசை: இளையராஜா
பாடியவர்கள்: இளையராஜா & எஸ். ஜானகி

புன்னை மரத் தோப்போரம், உன்னை நினைந்து
முன்னம் சொன்ன குயில் பாட்டு சொல்லி மகிழ்ந்தேன்!
பொன்னி நதிக் கரையோரம் மன்னன் நினைவில்
கண்ணிமைகள் மூடாது கன்னி இருந்தேன்!

பாரதியாருக்கு மிகவும் பிடித்த 'கண்ணம்மா' என்கிற பாத்திரத்தின் பெயரைச் சொல்லித் தொடங்குகிற இந்தப் பாடல்முழுவதுமே, பாரதிக்கு ஒரு *tribute*போல இருக்கும். அவர் அடிக்கடி பயன்படுத்திய வார்த்தைகள் மற்றும் அவரது ஞாபகத்தைக் கொண்டுவரும் சொற்களை நிரப்பி எழுதியிருப்பார் இளையராஜா.

இங்கே 'முன்னம் சொன்ன குயில் பாட்டு' என்ற பதத்துக்கு நேரடியாக எல்லாரும் எடுத்துக்கொள்ளும் பொருள், 'நீ முன்பு ஒருநாள் சொன்ன குயில் பாட்டை நான் இப்போது ஞாபகப்படுத்திக்கொண்டேன், அதைச் சொல்லிச் சொல்லி

மகிழ்ந்தேன்.' கொஞ்சம் யோசித்தால், இதற்கு இன்னோர் அழகான பொருளும் தோன்றும். பாரதியாரிடமே உதாரணம் கேட்கலாம்:

இருமை அழிந்தபின் எங்கிருப்பாய் அற்ப மாயையே? தெளிந்து

ஒருமை கண்டோர்முன்னம் ஓடாது நிற்பையோ?

ஆக, 'முன்னம்' என்றால் *in front,* ஒருவருக்கு முன்பாக இருப்பது, *physical presence!*

இந்த அர்த்தத்தில், மேற்சொன்ன வரிக்குப் பொருள், 'நீ என் முன்னே குயில் பாட்டைச் சொன்னாய், இப்போது நீ என் எதிரே இல்லாவிட்டாலும்கூட, அந்தப் பாடலைப் பாடுவதன்மூலம் நான் உன்னை உணர்கிறேன்.'

இலக்கணத் தமிழிலும் 'முன்னம்' என்று ஒரு வார்த்தை இருக்கிறது. அதன் அர்த்தம், ஒரு செய்தியை யார் யாரிடம் பேசினார்கள் என்று சொல்லாமல் சொல்வது.

உதாரணமாக, ஒரு மாதிரி வாக்கியம்: கட்டபொம்மன் ஜாக்ஸன் துரையிடம் "வரியெல்லாம் கட்டமுடியாது, சர்த்தான் போய்யா" என்றான்.

இந்த வாக்கியத்தில் சொல்லப்பட்ட செய்தி மட்டுமல்ல, அதை யார் சொன்னார்கள், யாரிடம் சொன்னார்கள் என்று எல்லாமே நேரடியாக உள்ளது.

இன்னோர் உதாரணம்: "அவனை நினைச்சா சந்தோஷமா இருக்குடி, ஆனா எங்க கல்யாணத்துக்கு அப்பா, அம்மா ஒத்துக்குவாங்களோன்னுதான் கவலைப்படறேன்!"

இங்கே சொன்னவர் யார் என்கிற விவரம் இல்லை, அதைக் கேட்டவர் யார் என்றும் தெரியவில்லை, ஆனால் சொல்லப்பட்ட விஷயத்தை வைத்து, ஒரு காதலி தன் தோழியிடம் பேசுகிறாள் என்று நாம் ஊகிக்கலாம். அதைதான் 'முன்னம்' என்று அழைக்கிறது செய்யுள் இலக்கணம்.

10. சேலை வாசம்

படம்: கொடி பறக்குது
பாடல்: சேலை கட்டும் பெண்ணுக்கொரு
எழுதியவர்: வைரமுத்து
இசை: ஹம்சலேகா
பாடியவர்கள்: எஸ். பி. பாலசுப்ரமணியம், கே. எஸ். சித்ரா

சேலை கட்டும் பெண்ணுக்கொரு வாசம் உண்டு,
கண்டதுண்டா? கண்டவர்கள் சொன்னதுண்டா?

கிராமத்து மக்கள் 'சேலை'யைச் 'சீலை' என்று அழைப்பார்கள். அவர்கள் சரியான சொல் தெரியாமல் கொச்சையாகப் பேசுவதாக நாம் நினைத்துக்கொள்வோம்.

ஆனால் நாம் *Window Curtains*ஐத் 'திரைச்சீலை' என்று சொல்கிறோம், 'திரைச்சேலை' என்று சொல்வதில்லை. அப்படியானால் எது சரி? எது கொச்சை?

இவை அனைத்துக்கும் வேர்ச்சொல்லாக நம்பப்படுவது, 'சீரை'.

உதாரணமாக, தேவாரத்தில் சிவபெருமானைக் குறிப்பிடும் திருநாவுக்கரசர் இப்படி எழுதுகிறார்: 'உடையும் சீரை, உறைவது காட்டிடை.'

அதாவது, சிவன் அணிவது சீரை என்ற ஆடை, அதன் அர்த்தம், மரப்பட்டையை எடுத்துப் பதப்படுத்தி உருவாக்கப்பட்ட துணி. 'மரவுரி' என்று சொல்வார்கள்.

ராமாயணத்தில் ராமனைக் காட்டுக்கு அனுப்ப வரம் கேட்டதோடு கைகேயி நிற்கவில்லை, அவன் காடு செல்லக் கிளம்புகிறான் என்று தெரிந்ததும், அவனுக்கு இந்தச் சீரையைதான் கொடுத்தனுப்புகிறாள். இதைப் பரதன் பின்னர் ஆதங்கத்துடன் சுட்டிக்காட்டுகிறான்.

சீரையை உடுத்தியது ராமன் மட்டுமல்ல, லட்சுமணனும், சீதையும்தான். இதைக் குறிப்பிடும் கம்பர் வாசகம், 'சீரை சுற்றித் திருமகள் பின் செல...'

ஆக, சீரை என்பது மரவுரி, அதை ஆண்களும் பெண்களும் உடலைச் சுற்றி அணிந்திருக்கிறார்கள். பின்னர் இதுதான் 'சீலை'யாகத் திரிந்திருக்கவேண்டும் என்று கருதப்படுகிறது. நாம் இப்போது அதைச் 'சேலை' என்கிறோம். கன்னடர்கள் இன்னும் 'சீரெ' என்றுதான் சொல்கிறார்கள்.

'சேலை கட்டிய பெண்ணை நம்பாதே' என்று ஒரு பழமொழி உண்டு, அதைக் கொஞ்சம் சமத்காரமாக, 'சேல கட்டிய பெண்ணை நம்பாதே' என்று மாற்றி, இப்படி ஒரு விளக்கம் சொல்வார்கள்:

சேல கட்டிய பெண் : சேல் + அகட்டிய பெண் : சேல் (ஒருவகை மீன்) போன்ற வழிகளை அளவுக்கதிகமாக விரித்துப் பேசும் பெண் பொய் சொல்கிறாள், நம்பாதே!

அது சரி, 'புடவை'க்கு விளக்கம் என்ன?

முதலில், 'புடவை' என்று எழுதுவது தவறு, அது 'புடைவை' என்று இருக்கவேண்டும்.

'புடை' என்றால் பக்கம், 'மந்திரிகள் புடை சூழ முதலமைச்சர் வருகை தந்தார்' என்று செய்திகளில் வருகிறதே, அதுதான்.

ஆக, ஒரு பெண்ணின் உடலை எல்லாப் பக்கங்களிலும் சுற்றி அணியப்படுகிற ஆடை என்பதால், அதற்குப் 'புடைவை' என்று பெயர் வந்தது. பின்னர் அது எப்படியோ 'புடவை' என்று திரிந்துவிட்டது.

அதேபோல், 'துணி'ப்பதால் (துண்டித்து / கத்தரித்து) விற்பனை செய்வதால், அது 'துணி'. இதே காரணத்தால் ஆடைக்கு 'அறுவை' என்றும் பெயர் உண்டு (அறுத்துப் பயன்படுத்துவதால்).

அறுவை போதும் என்கிறீர்களா? சரி, இதோடு நிறுத்திக்கொள்கிறேன், வேட்டி, சட்டை போன்றவற்றை இன்னொரு சந்தர்ப்பத்தில் பார்ப்போம்!

11. ‘இச்’ உண்டா? இல்லையா?

படம்: வருஷம் 16
பாடல்: பழமுதிர்ச் சோலை
எழுதியவர்: வாலி
இசை: இளையராஜா
பாடியவர்: கே. ஜே. யேசுதாஸ்

பழமுதிர்ச் சோலை எனக்காகத்தான்,
படைத்தவன் படைத்தான், அதற்காகத்தான்!
நான்தான் அதன் ராகம், தாளமும், கேட்பேன், தினம் காலை மாலையும்
கோலம், அதன் ஜாலம், இங்கு ஓராயிரம்!

இந்தப் பாட்டைக் கவனித்துக் கேளுங்கள், ‘பழமுதிர்ச் சோலை’ என்றுதான் யேசுதாஸ் பாடுகிறார். ஆனால் உண்மையில் அங்கே ‘ச்’ வருமா? வராதா?

பள்ளி இலக்கணப் பாடத்தில் ’வினைத்தொகை’ என்று படித்திருக்கிறோம். அதாவது, கடந்த / நிகழ் / எதிர்காலம் மூன்றுக்கும் பொருந்தக்கூடிய வகையில் அமைந்த சொற்றொடர்கள்.

இதற்கு மிகப் பிரபலமான உதாரணம், 'ஊறுகாய்',

இங்கே ஊறுதல் என்பது *Verb*, காய் என்பது *Noun*, அந்தக் காய் ஊறியது, ஊறுகிறது, ஊறிக்கொண்டிருக்கிறது, இனிமேலும் ஊறும், இப்படி எல்லாவற்றுக்கும் அந்த வாக்கியம் பொருந்தும்.

இன்னோர் உதாரணம், 'சிதறு தேங்காய்'. சிதறிய / சிதறுகின்ற / சிதறப்போகும் தேங்காய்.

வினைத்தொகை தொடர்பான ஒரு முக்கியமான இலக்கண விதி, *Verb, Noun* இடையே ஒற்று மிகாது. அதாவது 'ஊறுக்காய்', 'சிதறுத் தேங்காய்' என்று எழுதக்கூடாது, 'ஊறுகாய்'தான், 'சிதறு தேங்காய்'தான்.

ஆச்சா, இப்போது இந்தப் பாடலின் முதல் மூன்று வார்த்தைகளைக் கவனிப்போம் : பழம் + முதிர் + சோலை = பழமுதிர்ச் சோலை? அல்லது பழமுதிர் சோலை?

இங்கே முதிர்தல் என்பது *Verb*, பழம், சோலை என்பவை *Noun*, ஆக, பழம் விளைந்து முதிர்ந்த சோலை, விளைந்து முதிர்ந்துகொண்டிருக்கும் சோலை, இனியும் விளைந்து முதிரப்போகும் சோலை, அந்த அர்த்தத்தில் எடுத்துக்கொண்டால் இது ஒரு வினைத்தொகை, ஒற்று மிகாது, ஆக 'பழமுதிர் சோலை'தான் சரி. 'ச்' வராது.

இதனை வேறுவிதமாகவும் பிரிக்கலாம்: பழம் + உதிர் + சோலை = பழமுதிர் சோலை. பழங்கள் எங்கும் உதிர்ந்து கிடந்த, உதிர்ந்து கிடக்கிற, இனிமேலும் உதிர்ந்துகொண்டே இருக்கப்போகும் ஒரு சோலை.

'முதிர்தல்' என்ற *Verb*க்குப் பதில் 'உதிர்தல்' என்ற *Verb* வந்துள்ளது, மற்றபடி இதுவும் வினைத்தொகைதான். 'ச்' வராது. 'பழமுதிர் சோலை'தான் சரி.

அதெல்லாம் முடியாது, வாலி 'ச்' போட்டுதான் எழுதியிருக்கிறார், யேசுதாஸும் 'ச்' போட்டுதான் பாடியிருக்கிறார், நான்

அவர்களைதான் நம்புவேன் என்றால், அதற்கும் ஒரு விளக்கம் உண்டு.

ஒற்று (அதாவது ‘ச்’) மிகுந்திருப்பதால், இது வினைத்தொகை அல்ல என்று நாம் எடுத்துக்கொள்ளவேண்டும். ‘பழமுதிர்ச் சோலை’, அதாவது முதிர்ந்த பழங்கள் நிறைந்த சோலை என்று (ஒரே ஒரு *tense*ல்) அர்த்தம் எடுத்துக்கொள்ளலாம்.

சரி விடுங்கள், சோலை என்றால் அவ்வப்போது ‘இச்’ சத்தம் கேட்பது சகஜம்தானே!

12. தும்ப துலக்குதல்

படம்: சத்தம் போடாதே
பாடல்: அழகுக் குட்டிச் செல்லம்
எழுதியவர்: நா. முத்துக்குமார்
இசை: யுவன் ஷங்கர் ராஜா
பாடியவர்: ஷங்கர் மகாதேவன்

நீ சிணுங்கும் மொழி கேட்டால், சங்கீதம் கற்றிடலாம்!
தண்டவாளம் இல்லாத ரயிலை,
தவழ்ந்தபடி நீ ஓட்டிப் போவாய்!
வம்பு தும்பு செய்கின்ற பொல்லாதவன்!

'என்கிட்ட வம்பு, தும்பு வெச்சுக்காதே' என்று அடிக்கடி சொல்கிறோம். அதற்கு என்ன அர்த்தம்?

'வம்பு' என்றால் வீண் சண்டை என்று பொருள், அது நமக்குத் தெரியும். அதென்ன தும்பு? 'காசு, கீசு', 'காப்பி, கீப்பி' என்று சும்மா இணைத்துச் சொல்வதுபோல் பொருளற்ற ஒரு சொல்லா அது?

தமிழில் சும்மா ஓசை நயத்துக்காகச் சேர்க்கப்படும் இதுபோன்ற பொருளற்ற சொற்கள் 'கிகர' வரிசையில் அமைவதுதான்

வழக்கம். குழந்தை, கிழந்தை, கல்யாணம், கில்யாணம், கம்ப்யூட்டர், கிம்ப்யூட்டர், பாட்டு, கீட்டு...

அந்த வழக்கத்தின்படி, வம்புக்குத் துணையாகக் கிம்புதானே வரணும்? ஏன் தும்பு? அப்படியானால் 'தும்பு'வுக்கு வேறு அர்த்தம் இருக்கிறதோ?

என்னிடம் உள்ள தமிழ் அகராதியில் தும்புக்கு இரண்டு பொருள்கள் தந்துள்ளார்கள்: கயிறு / நார்.

உதாரணமாக, 'தும்பை விட்டு வாலைப் பிடி' என்று நம் ஊரில் ஒரு பழமொழி சொல்வார்கள். அதன் அர்த்தம், மாட்டைப் பிடிக்க விரும்புகிறவர்கள் அதன் கழுத்தில் உள்ள கயிறை(தும்பு) தான் பிடிக்கவேண்டும், அதை விட்டுவிட்டு வாலைப் பிடித்தால் பலன் இருக்காது.

வீட்டைச் சுத்தப்படுத்தும்போது, 'ஒரு தூசு தும்பு இல்லாம க்ளீன் பண்ணிட்டேன்' என்கிறோம். இங்கே 'தும்பு'வின் பொருள் நார், அல்லது அதுபோன்ற ஏதோ ஒரு சின்னஞ்சிறிய குப்பை.

ஒரே பிரச்னை, கயிறு, நார் என்ற இந்த இரண்டு விளக்கங்களும் 'வம்பு தும்பு'வுக்குப் பொருந்தாது. மூன்றாவதாக இன்னோர் அர்த்தம் இருக்கிறதா? கொஞ்சம் துப்(ம்)பு துலக்க முயற்சி செய்தேன்.

'தும்பு' என்று நேரடியாக இல்லாவிட்டாலும், 'தும்பு பிடுங்குதல்' என்று ஒரு பயன்பாடு இருக்கிறதாம். அதன் பொருள் ஒருவர்மீது குற்றம் சொல்லுதல், *Accusing*, போட்டுக்கொடுத்தல்.

இந்தத் தும்பு அந்த வம்புவுடன் அழகாகப் பொருந்துகிறது. 'அவன்கிட்ட வம்பு தும்பு வெச்சுக்காதே' என்றால், அவனை வீண் சண்டைக்கு அழைக்காதே, அவனாக ஏதாவது தப்புச் செய்தாலும் இன்னொருவரிடம் சென்று போட்டுக்கொடுக்காதே' என்று அர்த்தம் என ஊகிக்கிறேன்.

சரிதானா?

13. தண்டவாளப் பார்வை

படம்: வாழ்க்கைப் படகு
பாடல்: நேற்றுவரை நீ யாரோ, நான் யாரோ
எழுதியவர்: கண்ணதாசன்
இசை: விஸ்வநாதன், ராமமூர்த்தி
பாடியவர்: P.B. ஸ்ரீனிவாஸ்

உன்னை நான் பார்க்கும்போது, மண்ணை நீ பார்க்கின்றாயே!
விண்ணை நான் பார்க்கும்போது, என்னை நீ பார்க்கின்றாயே!
நேரிலே பார்த்தால் என்ன? நிலவென்ன தேய்ந்தா போகும்!
புன்னகை புரிந்தால் என்ன? பூமுகம் சிவந்தா போகும்!

அந்த முதல் இரண்டு வரிகள், அச்சு அசல் திருக்குறளேதான். மரபுக் கவிதை(வெண்பாவு)க்குள் இருந்த கருத்தை, திரை இசை மெட்டுக்குப் பொருந்துகிறவிதமாக அட்டகாசமாக நிமிர்த்தி உட்காரவைத்திருப்பார் கண்ணதாசன்.

இன்பத்துப்பால், 'குறிப்பறிதல்' அதிகாரத்தில் திருவள்ளுவர் எழுதிய அந்தக் குறள்:

யான் நோக்குங்காலை நிலன் நோக்கும், நோக்காக்கால்

தான் நோக்கி மெல்ல நகும்.

நான் அவளைப் பார்க்கும்போது, நிலத்தைப் பார்க்கின்றாள். பார்க்காதபோது (வேறு எங்கோ பார்க்கிறபோது) என்னைப் பார்க்கிறாள், மெல்லச் சிரிக்கிறாள்.

அந்த 'மெல்ல நகும்'தான் எத்துணை அற்புதமான காட்சி, நுணுக்கமான அழகு! அவனை ரகசியமாகப் பார்த்துவிட்டு, அந்த சந்தோஷத்திலும், திருட்டுத்தனமாகப் பார்த்தோம் என்கிற வெட்கக் களிப்பிலும் தனக்குள் மெதுவாகச் சிரித்துக்கொள்கிறாள் அவள்.

மொத்தக் குறளையும் சினிமாவுக்குக் கொண்டுவந்த கண்ணதாசனால் அந்தச் சிரிப்பைக் கொண்டுவர முடியவில்லையே.

அவருக்கும் அந்த ஆதங்கம் இருந்திருக்கவேண்டும், முத்தாய்ப்பாக, 'புன்னகை புரிந்தால் என்ன? பூ முகம் சிவந்தா போகும்?' என்று கதாநாயகியை மட்டுமல்ல, தன்னுடைய கவிதையையும் செல்லமாகக் கிள்ளிக் கொஞ்சுகிறார்!

14. அன்னமே!

படம்: பாண்டி நாட்டுத் தங்கம்
பாடல்: ஏலேலக்குயிலே
எழுதியவர்: கங்கை அமரன்
இசை: இளையராஜா
பாடியவர்கள்: எஸ். பி. பாலசுப்ரமணியம், உமா ரமணன்

ஏலேலக்குயிலே, ஏலமலை வெயிலே,
ஆலோலம் பாடும் அன்னமே, ஓயிலே,
வாடாத வாழைக் குருத்தே, மானே,
வாரேனே மாமன் நானே!

இந்தப் பாடலின் கதாநாயகியை 'ஆலோலம் பாடும் அன்னம்' என்று பாராட்டுகிறார் கங்கை அமரன், அவருக்கு முன்னோடி, உண்மையான 'ஆலோலம் பாடிய அன்னம்', முருகனின் நாயகி, வள்ளி.

வயலில் தானியங்கள் விளைந்து நிற்கும் நேரம், அவற்றைத் தின்பதற்காகப் பலவகைப் பறவைகள் வரும். அவற்றை அடித்து விரட்டுவதும் தவறு, அதற்காக அவை அங்கேயே தங்கி நிறைய சாப்பிடுவதற்கு அனுமதித்தாலும் அறுவடையில் குறைபாடு வரும். ஆகவே, அந்த வயலைக் காவல் காக்கும் பெண்கள்

பாட்டுப் பாடி அவற்றை மெல்ல விரட்டுவார்களாம். அந்தப் பாடல் வகைதான் 'ஆலோலம்' என்று அழைக்கப்படுகிறது.

கந்த புராணத்தில் வள்ளியம்மை திருமணப் படலம், தினை வயலில் இருக்கும் வெவ்வேறு பறவைகளை ஆலோலம் பாடி விரட்டுகிறார் வள்ளி. அந்தப் பாடல்:

'பூவைகாள், செங்கண் புறவங்காள், ஆலோலம்!
தூவி மா மஞ்ஞைகாள், சொல் கிளிகாள், ஆலோலம்!
கூவல் சேர்வுற்ற குயில் இனங்காள், ஆலோலம்!
சேவல்காள் ஆலோலம்' என்றாள் திருந்து இழையாள்!

அதாவது, 'மைனாக்களே, சிவந்த கண்களைக் கொண்ட புறாக்களே, சிறந்த தோகையைக் கொண்ட மயில்களே, பேசும் கிளிகளே, கூவும் குயில்களே, சேவல்களே, உங்களுக்கெல்லாம் ஆலோலம் பாடுகிறேன், லேசாகக் கொறித்துவிட்டுப் பறந்து செல்லுங்கள்' என்றாள் திருத்தமான ஆபரணங்களை உடுத்திய வள்ளி.

அது சரி, 'ஆலோலம்' என்றால் என்ன அர்த்தம்?

'அகல ஓலம்' என்பதுதான் பின்னர் 'ஆலோலம்' என்று மாறிவிட்டதாகச் சொல்கிறார்கள். 'ஓலம்' என்றால் சத்தமாகக் கத்துதல், அகலம் என்றால்? வயல் முழுவதும் தங்கள் குரல் பரந்து விரிந்து கேட்கும்படி பாடுவதால் அப்படிச் சொல்கிறார்களா? உங்களுக்குத் தெரிந்தால் சொல்லுங்கள்.

15. சுருக்கமான விளக்கம்

படம்: டூயட்
பாடல்: என் காதலே, என் காதலியே
எழுதியவர்: வைரமுத்து
இசை: ஏ. ஆர். ரஹ்மான்
பாடியவர்: எஸ். பி. பாலசுப்ரமணியம்

அமுதென்பதா?
விஷம் என்பதா? உன்னை
அமுத விஷம் என்பதா?

சமீபத்தில் ஒருநாள், மதிய நேரம், சாப்பிட உட்கார்ந்தவனிடம், 'தாகம் எடுக்குற நேரம்ன்னு ஒரு பாட்டு கேட்டிருக்கியா?' என்றார் மனைவியார்.

'இல்லையே, இப்போ எனக்குப் பசி எடுக்குற நேரம்' என்றேன்.

'எனக்காகக் காத்திருன்னு ஒரு படத்துல அந்தப் பாட்டு வருது, இப்பதான் ஏதோ ஒரு கேஸட்ல கேட்டேன்' என்றார் அவர். 'அந்தப் பாட்டை எழுதினது யார்ன்னு கொஞ்சம் கண்டுபிடிச்சுச் சொல்லேன்.'

'ஏன்? என்ன விஷயம்?'

'அதை அப்புறமாச் சொல்றேன்' என்று சஸ்பென்ஸ் வைத்தார். நானும் சாப்பிட்டு முடித்துவிட்டு கூகுளைப் புரட்டி அந்தப் பாடலைப் பிடித்தேன். இளையராஜா இசையில் வைரமுத்து எழுதி உமா ரமணன் பாடியது.

'வைரமுத்து' என்றவுடன் மனைவியார் முகம் வாடிவிட்டது, 'ச்சே!' என்றார்.

'எச்சூச்மீ, வைரமுத்துமேல உனக்கு என்ன அப்படி ஒரு கோவம்?' 'கோவமெல்லாம் இல்லை. இந்தப் பாட்டு வேற யாராச்சும் எழுதியிருந்தாங்கன்னா உனக்கு ஒரு சூப்பரான மேட்டர் சொல்லியிருப்பேன்' என்றார்.

'இப்பவும் ஒண்ணும் கெட்டுப்போகலை, சொல்லு, கேட்கறேன்.'

'தாகம் எடுக்குற நேரம் பாட்டுல ஒரு வரி வருது: காதல் அமுதமா, விஷமுமா, இல்லை அமுத விஷமா?'

'அட, இதே வரி டூயட்ல ஒரு பாட்டுலயும் வருதே.'

'அதான் மேட்டர்' என்றார் மனைவியார், 'எனக்காகக் காத்திரு பாட்டுல இந்த வரியை எழுதியிருக்கார் வைரமுத்து, அந்தப் பாட்டு அவ்வளவாப் பிரபலமாகலை, யாரும் கவனிக்கலையேங்கற ஆதங்கத்துல, பல வருஷம் காத்திருந்து, மறுபடி அதையே பயன்படுத்தியிருக்கார், இப்போ க்ளிக் ஆகிடிச்சு!' அது நிற்க. 'அமுத விஷம்' என்பது, தமிழ் இலக்கணப் பதமாகிய 'முரண் தொடை'க்கு மிக நல்ல உதாரணம்.

உடனே ரம்பாவின் யூட்யூப் வீடியோக்களைத் தேடாதீர்கள், 'தொடை' என்றால் தொடுப்பது, அமுதம், விஷம் என ஒன்றுக்கொன்று முரண்பட்ட இரண்டு பதங்களைச் சேர்த்துத் தொடுப்பதால் இது 'முரண் தொடை'.

கம்பர்கூட அமுதத்தையும் விஷத்தையும் சேர்த்துத் தொடுத்திருக்கிறார், சீதையின் கண்களுக்கு உவமையாக: 'நஞ்சினோடு அமுதம் கூட்டி நயனங்கள்'!

16. சிப்பிக்குள் முத்து

படம்: ராஜபார்வை
பாடல்: அந்திமழை பொழிகிறது
எழுதியவர்: வைரமுத்து
இசை: இளையராஜா
பாடியவர்கள்: எஸ்.பி. பாலசுப்ரமணியம், எஸ். ஜானகி, டி.வி. கோபாலகிருஷ்ணன்

சிப்பியில் தப்பிய நித்திலமே,
ரகசிய ராத்திரிப் புத்தகமே!

இன்றைக்கு நாம் அதிகம் பயன்படுத்தாத ஒரு சொல், 'நித்திலம்'. இந்தப் பாடலில் சிப்பியுடன் சேர்ந்து வந்திருப்பதால், அதன் அர்த்தத்தை ஊகிப்பது எளிது.

'நித்திலம்' என்றால் முத்து. திரைப்பாடல்களிலும் நமது பேச்சுவழக்கிலும் அவ்வளவாக உபயோகத்தில் இல்லாவிட்டாலும், பழந்தமிழ் இலக்கியத்தில் நிறைய நித்திலங்கள் உண்டு. சில உதாரணங்கள் இங்கே:

★ 'ஒள் நித்தில நகையாய்' : ஒளி நிறைந்த முத்துகளைப்போல் சிரிப்பவளே: திருவெம்பாவை (மாணிக்கவாசகர்)

★ 'நித்தில முறுவல்' : (சீதைக்கு) முத்துப்போன்ற புன்முறுவல் : கம்ப ராமாயணம்

★ 'நித்தில அரி சிலம்பு' : முத்துப் பரல்களைக் கொண்ட சிலம்பு : பரிபாடல் (பாடியவர் பெயர் தெரியவில்லை)

★ 'நித்திலம் நிரைத்து இலங்கினவேபோலும் முறுவல்' : (சிவனுக்கு) முத்துகளை வரிசையாக அடுக்கிவைத்ததுபோன்ற புன்முறுவல் : திருவிசைப்பா (கருவூர்த் தேவர்)

★ 'ஆழ்பொருளுள்ளே மூழ்கி எடுத்து நிரல் படக் கோத்து நித்தில மாலைபோல்'... : திருக்குறளைப்பற்றிக் கவிமணி தேசிக விநாயகம் பிள்ளை பாடியது

நித்திலம் என்ற சொல் எப்படி வந்திருக்கும் என்பது தெரியவில்லை, ஆனால் 'நிதி' என்ற சொல் இதிலிருந்து வந்ததுதான் என எழுதுகிறார் முனைவர் இராம.கி. ஆரம்பத்தில் முத்துக் குவியலைக் குறித்த 'நிதி', பின்னர் பொதுவான செல்வத்தைக் குறிக்கும்படி மாறிவிட்டதாம்.

முத்துக்கு மட்டுமல்ல, சிப்பிக்கும் ஓர் அழகான பழந்தமிழ்ச் சொல் உண்டு. 'இப்பி'. இதற்கு உதாரணமாக, திருஞானசம்பந்தர் பாடிய ஒரு வரி: 'ஒளிர் இப்பியும் முத்தும் மணியும்...'

17. சார்! கிளி சார்!

படம்: உழவன்
பாடல்: பெண்ணல்ல பெண்ணல்ல, ஊதாப்பூ
எழுதியவர்: வாலி
இசை: ஏ. ஆர். ரஹ்மான்
பாடியவர்: எஸ். பி. பாலசுப்ரமணியம்

தென்றலைப்போல நடப்பவள், என்னைத் தழுவக் காத்துக் கிடப்பவள்,
செந்தமிழ் நாட்டுத் திருமகள், எந்தன் தாய்க்கு வாய்த்த மருமகள்,
சிந்தையில் தாவும் பூங்கிளி, அவள் சொல்லிடும் வார்த்தை தேன் துளி,
அஞ்சுகம்போல இருப்பவள், கொட்டும் அருவிபோலச் சிரிப்பவள்!

'அஞ்சுகம்' என்ற சொல்லைப் பல பாடல்களில் கேட்கிறோம். காதலியை 'அஞ்சுகமே' என்று நேரடியாக அழைப்பதும், இந்தப் பாட்டில் வருவதுபோல் 'அஞ்சுகம் போன்றவளே' என்று வர்ணிப்பதும் உண்டு, பெண் குழந்தைக்கு 'அஞ்சுகம்' என்று பெயர் சூட்டும் பழக்கமும் இருந்திருக்கிறது.

இந்த வார்த்தைக்கு என்ன அர்த்தம்?

'அஞ்சுகம்' என்பதை அம் + சுகம் என்று பிரித்துப் படிக்கவேண்டும். 'அம்' என்றால் அழகிய, 'சுகம்' என்றால் கிளி, சுக முனிவர் என்று கிளி முகம் கொண்ட ஒருவரைப்பற்றிக் கேட்டிருக்கிறோம், அதே சொல்தான்.

'சுகம்'க்கு நாம் நன்கு அறிந்த இன்னொரு பொருளும் இருக்கிறது, இன்பம்.

ஆக, 'அஞ்சுகம்' என்று ஒரு பெண்ணை அழைத்தால், அழகிய கிளி போன்றவளே, அல்லது, அழகிய இன்பத்தைத் தருபவளே என்று அர்த்தம்.

ரொமான்ஸ் மழை ஆச்சா, கொஞ்சம் பக்தி மழையும் பொழிவோம். திருமந்திரத்தில் ஓர் இடத்தில் 'அஞ்சுக அஞ்செழுத்து' என்று வருகிறது. இதற்கு என்ன அர்த்தம்?

அழகிய கிளி போன்ற அஞ்செழுத்து மந்திரம்?

அழகிய சுகம் தரும் அஞ்செழுத்து மந்திரம்?

ம்ஹூம், இரண்டுமே சரிப்படவில்லை. 'நமசிவாய' என்ற திருமந்திரத்துக்கும் மேற்சொன்ன அஞ்சுக வர்ணனைகளுக்கும் சம்பந்தம் இருக்குமா என்ன?

இங்கே 'அஞ்சுக' என்பதை 'அஞ்சு உக' என்று பிரிக்கவேண்டுமாம். 'அஞ்சு' என்றால் நம்மைச் சோதனை செய்யக்கூடிய ஐந்து மலங்கள் / தீமைகள், 'உக' என்றால் அழிய, 'நம்மைத் துன்புறுத்தும் ஐந்து பிரச்னைகளையும் அழிக்கக்கூடிய அஞ்செழுத்து மந்திரம்' என்கிறார் திருமூலர்.

அட, காதலுக்கும் கடவுளுக்கும் ஒரே சொல், ஆனால் வெவ்வேறு பொருள், பலே!

18. மானே! தேனே!

படம்: மாப்பிள்ளை
பாடல்: மானின் இரு கண்கள் கொண்ட மானே மானே
எழுதியவர்: வாலி
இசை: இளையராஜா
பாடியவர்கள்: எஸ். பி. பாலசுப்ரமணியம், எஸ். ஜானகி

மொய்குழலில் பூ முடித்து,
மங்களமாய்ப் பொட்டு வைத்து,
மெய் அணைத்து, கை அணைக்க
மன்னவனின் நல்வரவைப் பார்த்திருக்க!

கல்யாணத்தில் மொய் எழுதுவார்கள், தெரியும், குழல் என்றால் தலைமுடி / கூந்தல், அதுவும் தெரியும். இரண்டையும் சேர்த்து 'மொய்குழல்' என்றால் என்ன அர்த்தம்?

'மொய்' என்ற வினைச்சொல்லின் அர்த்தம், கூடி மொய்த்தல், இந்தப் பெண் தன்னுடைய கூந்தலில் மலர்கள் சூடியிருப்பதால், அல்லது இயற்கையாகவே அவள் கூந்தலுக்கு நறுமணம் இருப்பதால் வண்டுகள் அவளுடைய தலைமுடியைச் சூழ்ந்து மொய்க்கின்றன என்று அர்த்தப்படுத்திக்கொள்ளவேண்டுமா?

கவிதையை நம் இஷ்டப்படி கற்பனை செய்யலாம். ஆனால் 'வண்டு மொய்குழல்' என்று இங்கே வெளிப்படையாகக் குறிப்பிடப்படாததால், இதற்கு வேறோர் அர்த்தமும் இருக்குமோ? கொஞ்சம் தேடுவோம்.

மாணிக்கவாசகரின் திருவாசகத்திலிருந்து ஒரு வரி: மொய்குழல் வண்டு இனம் ஆட ஆட...

இங்கே வண்டுகள் வெளிப்படையாகக் குறிப்பிடப்பட்டுள்ளன, ஆனால் மொய்குழல் அதற்கு முன்பாகவே வந்துவிடுகிறது. ஆக 'மொய்'க்கு வண்டு சம்பந்தப்படாத இன்னோர் அர்த்தம் இருந்தாகவேண்டும்.

அகராதியைக் கேட்டேன், 'மொய்'க்கு 'நெருங்கிய' என்று ஒரு பொருள் இருப்பதாகச் சொல்கிறது. வண்டுகள் 'மொய்'ப்பதுகூட, ஒன்றாக நெருங்கித்தானே?

இந்த விளக்கம் இங்கே கச்சிதமாகப் பொருந்துகிறது. அவளுடைய கூந்தல் அடர்த்தியானது, அதில் உள்ள தலைமுடிகள் மிகவும் நெருங்கிக் காணப்படுகின்றன, அத்தகைய மொய்குழலில் அவள் பூ முடித்தாள், அதனால் வண்டுகள் மொய்த்தன, அது வண்டுமொய் மொய்குழலாகிவிட்டது!

19. ஏன் நின்றாய்?

படம்: ஜீன்ஸ்
பாடல்: எனக்கே எனக்கா
எழுதியவர்: வைரமுத்து
இசை: ஏ. ஆர். ரஹ்மான்
பாடியவர்கள்: உன்னி கிருஷ்ணன், ஹரிணி

ஒற்றைக் காலிலே பூக்கள் நிற்பது
உன் கூந்தலில் நின்றாடத்தான்,
பூமாலையே, பூச்சூட வா!

பூவின் காம்பை ஒற்றைக் காலாக வர்ணித்து, அதனை ஒற்றைக் காலில் நின்று தவம் செய்யும் முனிவர்களோடு ஒப்பிட்டு, 'பூக்களின் இந்தத் தவம் எதற்காக? அவளுடைய கூந்தலில் சென்று சேர்வதற்காகதானா?' என்று கேள்வி எழுப்புகிறது இந்தப் பாடல். 'பூக்களின் தவத்தை முடித்து வை, அவற்றைப் பறித்து உன் கூந்தலில் சூடிக்கொள்' எனக் காதலியிடம் ஒரு கோரிக்கையையும் வைக்கிறது.

அருமையான இந்தக் கற்பனை, முத்தொள்ளாயிர வெண்பா ஒன்றில் இருக்கிறது. அதன் சாரத்தை இன்றைய காதல்

பாட்டுக்கு ஏற்ப அழகாக ரீமிக்ஸ் செய்து பயன்படுத்தியிருக்கிறார் வைரமுத்து.

கார் நறு நீலம் கடிக் கயத்து வைகலும்
நீர்நிலை நின்ற தவம்கொலோ, கூர்நுனைவேல்
வண்டு இருக்கும் நக்க தார் வாமான் வழுதியால்
கொண்டு இருக்கப் பெற்ற குணம்

நல்ல மணம் கொண்ட, நீல நிறக் குவளைப் பூவே, தினந்தோறும் நீர்நிலைக்கு மத்தியில் நின்றுகொண்டு தவம் செய்கிறாயே, எதற்காக?

எனக்கு விஷயம் புரிந்துவிட்டது, கூரான வேலை ஏந்தியவன், வண்டுகள் மொய்க்கும் மலர் மாலைகளை அணிந்தவன், விரைவாகச் செல்லும் குதிரையைக் கொண்டவன், அந்தப் பாண்டியன் வழுதியின் மார்பைச் சென்று சேர நீ விரும்புகிறாய், அதற்காக இப்படி நாள்முழுவதும் தவம் இருக்கிறாய், சரிதானே?

20. குளிருது! குளிருது!

படம்: புன்னகை மன்னன்
பாடல்: வான்மேகம்
எழுதியவர்: வைரமுத்து
இசை: இளையராஜா
பாடியவர்: கே. எஸ். சித்ரா

மழைத்துளி தெறித்தது, எனக்குள்ளே குளித்தது,
நினைத்தது பலித்தது, குடைக்கம்பி துளிர்த்தது,
வானம், முத்துக்கள் சிந்தி வாழ்கவென்றது,
காதல் வென்றது!

இயைபுத்தொடையில் தெறித்தது, குளித்தது, பலித்தது என்று எழுதிவந்த வைரமுத்து, நிறைவாக 'குடைக்கம்பி துளிர்த்தது' என்கிறார். அது என் காதில் 'குளிர்த்தது' என்று விழுந்தது. உண்மையில் 'குளிர்த்தது' என்று ஒரு வார்த்தை உண்டா? அது 'குளிர்ந்தது' என்றல்லவா இருக்கவேண்டும்? இங்கே 'குளிர்தல்' என்பதுதான் வேர்ச்சொல், மலர்தல் ==> மலர்ந்தது, அதுபோல, குளிர்தல் ==> குளிர்ந்தது. சரிதானே? 'மலர்த்தது', 'குளிர்த்தது' என்று வருமா? கொஞ்சம் தேடினேன். 'குளிர்த்தல்', 'குளிர்த்தது' போன்ற வார்த்தைகள் இப்போது நம்மால் அதிகம் பயன்படுத்தப்படுவதில்லை, ஆனால் பழந்தமிழ்ப் பாடல்களில் உள்ளன. கம்பனே பயன்படுத்தியிருக்கிறான்.

சுந்தரகாண்டத்தில் அனுமனைப் பிடித்த ராவணன் படையினர் அவனுடைய வாலில் நெருப்பு வைக்கிறார்கள். இதைக் கேள்விப்பட்ட சீதை அக்கினி தேவனைப் பிரார்த்தனை செய்கிறாள், 'அனுமனைச் சுடாதே' என்று வேண்டுகோள் (அல்லது கட்டளை) வைக்கிறாள். உடனே, அனுமனின் வால் குளிர்ந்துவிடுகிறது. இதைச் சொல்லும் கம்பன் வரிகள்: 'தண்மையால் குளிர்த்தது அக் குரிசில் வால்.'

'அனுமன் வால் குளிர்த்தது' என்று கம்பன் வர்ணிப்பது சரி என்றால், 'குடைக்கம்பி குளிர்த்தது' என்று இந்தப் பெண் பாடினாலும் சரிதான். ஆனால், 'குளிர்ந்தது'க்கும் 'குளிர்த்தது'க்கும் என்ன வித்தியாசம்? எதை எப்போது பயன்படுத்தவேண்டும்? அதையும் தேடினேன். எனக்குச் சரியான விளக்கம் கிடைக்கவில்லை. Logicalலாக யோசித்தபோது தோன்றியதை எழுதுகிறேன், பிழையிருந்தால் சுட்டிக்காட்டித் திருத்துங்கள்.

1. ஒரு கப் காஃபி, சுடச்சுடக் கொண்டுவந்து வைக்கிறேன், அதை அப்படியே மறந்துவிடுகிறேன். ஒரு மணி நேரம் கழித்து, Hot Coffeeயாக இருந்த அது குளிர்ந்த Cold Coffeeயாக மாறிவிடுகிறது.

2. கடையில் குளிர் நீர், ஐஸ் கட்டி போன்றவற்றைப் பயன்படுத்தி நேராக Cold Coffee தயாரிக்கிறார்கள்

இந்த இரண்டுக்கும் ஒரு வித்தியாசம், முதல் காஃபி தானே குளிர்ந்தது, இரண்டாவது காஃபியை நாமாகக் குளிரச்செய்தோம். அதாவது #1 குளிர்ந்த காஃபி #2 குளிர்த்த காஃபி

இங்கே அனுமனின் வால் தானாகக் குளிரவில்லை, அந்தப் பெண்ணின் குடைக் கம்பி தானாகக் குளிரவில்லை, சீதையின் பிரார்த்தனையும், மழைத் தண்ணீரும் அவற்றைக் குளிரச் செய்தன, ஆகவே குளிர்த்த வால், குளிர்த்த குடைக்கம்பி என்று பயன்படுத்துகிறோம். இந்த விளக்கம் சரியா? தவறா? தீர்ப்பு சொல்லுங்கள்!

21. இனிப்பு!

படம்: ப்ரியா
பாடல்: ஹேய், பாடல் ஒன்று
எழுதியவர்: பஞ்சு அருணாச்சலம்
இசை: இளையராஜா
பாடியவர்கள்: கே. ஜே. யேசுதாஸ், எஸ். ஜானகி

என் ஜோடிக் கிளியே,
கன்னல் தமிழே,
தேனில் ஆடும் திராட்சை நீயே!

பழைய பாடல்களில் கன்னல் மொழி, கன்னல் தமிழ், கன்னல் சுவை போன்ற பயன்பாடுகளை நிறைய பார்க்கலாம். குறிப்பாகக் கன்னத்துக்கும் வண்ணத்துக்கும் இயைபாக இதனைப் பயன்படுத்துவார்கள்.

'கன்னல்' என்றால் கரும்பு. இதையே கரும்புச் சாறைக் குறிப்பிடுவதற்கும் பயன்படுத்துவார்கள்.

நாலாயிரம் திவ்யப் பிரபந்தத்தின் மிகச் சிறந்த பகுதிகளில் ஒன்று, கண்ணனைக் குழந்தையாகக் கற்பனை செய்து பெரியாழ்வார் பாடிய பாசுரங்கள். அவர் பயன்படுத்துகிற உவமைகளும் பாவனைகளும் அற்புதமானவை.

அந்த வரிசையில், கண்ணனையும் கன்னலையும் ஒரே வரியில் சேர்த்துப் பெரியாழ்வார் பாடியது: 'கன்னல் குடம் திறந்தால் ஒத்து ஊறி...'

அதாவது, ஒரு குடம் நிறைய கரும்புச் சாறை நிரப்பிவைத்திருக்கிறார்கள், அதிலிருந்து சாறு வழிந்து வெளியே வருகிறது. அதுபோன்றதாம், குழந்தைக் கண்ணன் வாயிலிருந்து வடியும் ஜொள்ளு :)

திருவருட்பாவில் வள்ளலாரும் இந்தப் பதத்தைப் பயன்படுத்தியிருக்கிறார், 'என்னுயிரில் கலந்து இனிக்கின்ற பெருமான்' என சிவபெருமானைப் போற்றித் தொடங்கும் அவர், 'கன்னல் என்றால் கைக்கின்ற கணக்கும் உண்டா?' என்கிறார். அதாவது, 'நீ கரும்புய்யா, உன்கிட்ட கசப்பு ஏது?'

அபிராமி அந்தாதியில் ஒரு வரி: கைக்கே அணிவது கன்னலும் பூவும். அதாவது, அபிராமித் தாயாரின் ஒரு கையில் கரும்பும், இன்னொரு கையில் பூவும் அணிகலன்களாகத் திகழ்கின்றன.

இந்தச் சொல் எப்படி வந்திருக்கும்? முனைவர் நா. கணேசன் தரும் விளக்கம் இது:

வயலில் இருந்து கரும்பை அறுவடை செய்தபின், ஆலைக்கு அனுப்புவார்கள். அங்கே அதனைப் பிழிந்து, காய்ச்சிச் சுண்டவைப்பார்கள், இதற்குக் 'கருகக் காய்ச்சுதல்' என்று பெயர்.

ஆக, கருகக் காய்ச்சப்படும் தாவரம் ==> கரும்பு / கரிம்பு / கரிநல் / கன்னல்!

22. உலகை மறந்த பூங்கோதை

படம்: விஸ்வரூபம்
பாடல்: உன்னைக் காணாது
எழுதியவர்: கமலஹாசன்
இசை: சங்கர், எஹ்சான், லாய்
பாடியவர்கள்: கமலஹாசன், சங்கர் மகாதேவன்

பின்னிருந்து வந்து எனைப் பம்பரமாய்ச் சுழற்றிவிட்டு
உலகுண்ட பெருவாயன் என் வாயோடு வாய் பதித்தான்,
இங்கு பூலோகம் என்றொரு பொருள் உள்ளதை
இந்தப் பூங்கோதை மறந்தாளடி!

'விஸ்வரூப'த்தில் இடம்பெற்றுள்ள இந்தப் பாடலை முதல்முறை கேட்கும்போதே, 'ஆண்டாள் Dictate செய்ய, கமலஹாசன் எழுதியதுபோல் இருக்கிறது' என்று ட்விட்டரில் குறிப்பிட்டேன். அந்த அளவுக்கு இந்தப் பாடலின் வரிகளில் ஆழ்வார் நிழல். நாலாயிரம் திவ்யப் பிரபந்தத்தில் ஆண்டாள் நேரடியாகவும், மற்ற பல ஆழ்வார்கள் நாயகி பாவத்திலும் எழுதிய காதல் வரிகளை அடியொற்றி மிக அழகான ஒரு நவீனக் காதல் பாடலை எழுதியுள்ளார் கமலஹாசன்.

குறிப்பாக, 'உலகுண்ட பெருவாயன்' என்ற வர்ணனை பலரை ஈர்த்துள்ளது. திருமங்கை ஆழ்வாரின் பாசுர வரி அது:

இரு கையில் சங்கு இவை நில்லா எல்லே பாவம், இலங்கு ஒலி நீர் பெரும்பௌவம் மண்டி உண்ட

பெரு வயிற்ற கருமுகிலே ஒப்பர் வண்ணம், பெரும் தவத்தர் அரும் தவத்து முனிவர் சூழ

ஒரு கையில் சங்கு ஒரு கை மற்று ஆழி ஏந்தி உலகு உண்ட பெருவாயர் இங்கே வந்து, என்

பொருகயல் கண்ணீர் அரும்பப் புலவி தந்து புனல் அரங்கம் ஊர் என்று போயினாரே!

தோழி,

என் காதலனாகிய திருமால், பெரிய சத்தத்தை எழுப்பும் அலைகளைக் கொண்ட கடலுக்குள் மூழ்கி, அந்தத் தண்ணீர் மொத்தத்தையும் குடிக்கும் அளவுக்குப் பெரிய வயிறைக் கொண்டவன், உலகத்தையே கையில் ஏந்தி உண்ணும் அளவுக்குப் பெருவாயன், கருத்த மேகத்தைப்போன்றது அவனுடைய வண்ணம், பெரும் தவங்களைச் செய்த முனிவர்கள் சூழ, ஒரு கையில் சங்கு, இன்னொரு கையில் சக்கரத்துடன் அவன் இங்கே வந்தான்.

ஆனால், அவன் இங்கேயே (என்னுடன்) நிரந்தரமாகத் தங்கவில்லை. 'தண்ணீரால் சூழப்பட்ட திருவரங்கம்தான் என்னுடைய ஊர்' என்று சொல்லிக் கிளம்பிவிட்டான்.

அவன் என்னை விட்டுப் பிரிந்ததால் சண்டையிடும் கயல் மீன்களைப்போன்ற என்னுடைய கண்களில் நீர் ததும்பியது, எனது உடல் மெலிந்தது, இரண்டு கைகளிலும் உள்ள வளையல்கள் கழன்று கீழே விழுந்தன.

சுமாரான விளக்கவுரைதான். ஆழ்வார் தமிழை அழகு குறையாமல் *Remix* செய்வது அத்தனை சுலபமில்லையே!

ஆனால், இதை வைத்து உங்களுக்குக் காட்சி புரிந்திருக்கும். திருமாலின்மீது காதல் கொண்ட பெண், தன்னுடைய தோழியிடம் இப்படிச் சொல்கிறாள். திரைப்படத்திலும் கிட்டத்தட்ட இதே சூழல்தான் என்று ஊகிக்கிறேன். ஆண் குரல்கள் பாடியிருப்பதுதான் ஒரே வித்தியாசம்.

அதனால் என்ன? திருமங்கை ஆழ்வாரும் ஆண்தானே?

23. அதிகாலை நிலா

படம்: வான்மதி
பாடல்: வைகறையில் வந்ததென்ன
எழுதியவர்: வாலி
இசை: தேவா
பாடியவர்கள்: எஸ். பி. பாலசுப்ரமணியம், கே. எஸ். சித்ரா

வைகறையில் வந்ததென்ன வான்மதி!
கைவளையல் ஓசையிலும் தேன்மொழி!
நித்தம் சாயங்கால நேரம், நெஞ்சில் சாய்ந்து பேச வேண்டும்,
நெஞ்சில் சாய்ந்து பேசும் நேரம், மழைச் சாரல் வீச வேண்டும்!

பழந்தமிழர்கள் ஒரு நாளை ஆறு பொழுதுகளாகப் பிரித்தார்கள். தலா 4 மணி நேரம் கொண்ட ஒவ்வொரு பொழுதுக்கும் ஒவ்வொரு பெயர்.

அந்தவகையில் ‘வைகறை’ என்பது, அதிகாலை 2 மணி முதல் 6 மணிவரையிலான நேரம். இதனை ‘விடியற்காலை’ என்று நாம் இப்போது சொல்கிறோம்.

குறுந்தொகையில் ஒரு பாட்டு. காதலனும் காதலியும் களவொழுக்கத்தின்படி சந்திக்கிறார்கள், கூடி மகிழ்கிறார்கள்.

சிறிது நேரத்தில், பொழுது புலர்ந்துவிடுகிறது. காதலன் புறப்படவேண்டும். இல்லாவிட்டால் காதலியின் வீட்டைச் சேர்ந்தவர்கள் அவனைக் கண்டுபிடித்துவிடுவார்கள்.

அள்ளூர் நன்முல்லை என்ற புலவர் இந்தச் சூழ்நிலையை விவரிக்கும்போது, 'தோள்தோய்க் காதலர்ப் பிரிக்கும் வாள்போல் வைகறை வந்து...' என்கிறார். அதாவது, தோளோடு தோள் சேர்ந்து இருக்கும் காதலர்களை வெட்டிப் பிரிக்கின்ற வாளைப்போலப் பொழுது விடிகிறதாம்.

இந்தப் படத்தின் பெயர் 'வான்மதி', அநேகமாக அது கதாநாயகியின் பெயராக இருக்கும் என்று நினைக்கிறேன். அதற்கு 'வானில் தோன்றும் நிலா' என்றும் ஒரு பொருள் உண்டு.

ஆகவே, வாலி குறும்பாக அந்த முதல் வரியை எழுதுகிறார், பொதுவாக நிலா ராத்திரியில்தானே வரும், இப்போது என்ன அதிகாலையில் வந்திருக்கிறது?

24. விடியாத இரவென்று எதுவுமில்லை!

படம்: இந்திரா
பாடல்: அச்சம் அச்சம் இல்லை
எழுதியவர்: வைரமுத்து
இசை: ஏ. ஆர். ரஹ்மான்
பாடியவர்கள்: அனுராதா ஸ்ரீராம், ஜி. வி. பிரகாஷ்குமார், சுஜாதா, ஸ்வேதா

அச்சம் அச்சம் இல்லை, அடிமை எண்ணம் இல்லை,
நம் காலம் இங்கே கூடிப் போச்சு, கண்ணீர் மிச்சமில்லையே!
காலம் மாறிப் போச்சு, நம் கண்ணீர் மாறிப் போச்சு,
நாளை நல்ல நாளை என்ற நம்பிக்கை உண்டாச்சு!

ராம ராஜ்ஜியத்தைப்பற்றிச் சொல்லும்போது, 'இல்லை என்ற சொல்லே இல்லை' என்பார்கள். நாம் இப்போது பேசப்போவது இல்லை என்கிற சொல்லைப்பற்றி.

'நான் மகான் அல்ல' என்று ஒரு திரைப்படம் வந்தது, 'நான் அடிமை இல்லை' என்று இன்னொரு படம் வந்தது. இதில் மகானுக்குப் பதில் அடிமையைப் பொருத்தினால், 'இல்லை'யும் 'அல்ல'வும் ஒன்றுதானா? ஒரே விஷயத்தைச் சொல்வதற்கு ஏன் இரண்டு சொற்கள்?

மொழிஞாயிறு ஞா. தேவநேயப் பாவாணர் எழுதிய 'கட்டுரைக் கசடறை' (என்னவொரு அற்புதமான தலைப்பு!) என்ற நூலைப் படிக்கும்போது, இல்லை, அல்ல என்கிற இரு சொற்களுக்கும் இடையே ஒரு முக்கியமான வேறுபாடு இருப்பது புரிந்தது:

ஒரு பொருளின் இன்மையைக் குறிக்கும்போது 'இல்லை' என்ற சொல்லைப் பயன்படுத்தவேண்டும். உதாரணம், 'கோயிஞ்சாமியிடம் கெட்ட குணங்கள் இல்லை.'

ஒன்றை இன்னொன்றுடன் ஒப்பிட்டு, இதுவும் அதுவும் வெவ்வேறு என்று சொல்லும்போது 'அல்ல' என்ற சொல்லைப் பயன்படுத்தவேண்டும். உதாரணம், 'கோயிஞ்சாமி கெட்டவன் அல்ல.'

இன்னும் சரியாகச் சொல்வதென்றால், 'அல்ல' என்பது அஃறிணைக்குதான், உயர்திணைக்குக் 'கோயிஞ்சாமி கெட்டவன் அல்லன்' (அல்லது) 'கோயிஞ்சாமி கெட்டவர் அல்லர்' என்று எழுதவேண்டும்

அதாவது, 'அச்சமில்லை அச்சமில்லை' என்று பாரதியும், இந்தப் பாடலில் 'அச்சம் அச்சம் இல்லை' என்று வைரமுத்துவும் எழுதியதும் மிகச் சரி. ஏனெனில், அவர்கள் அச்சம் என்கிற பொருள் / குணத்தின் இன்மையைக் குறிப்பிடுகிறார்கள். அங்கே 'அச்சம் அல்ல' என்று சொல்லமுடியாது.

அப்படியானால், 'நான் மகான் அல்ல', 'நான் அடிமை இல்லை' என்ற இரு வாசகங்களுள் எது சரி? அல்லது, இரண்டுமே தவறா? நீங்களே யோசித்துத் தீர்மானியுங்கள்.

25. அம்

படம்: எனக்குள் ஒருவன்
பாடல்: முத்தம் போதாதே
எழுதியவர்: வைரமுத்து
இசை: இளையராஜா
பாடியவர்கள்: S. P. பாலசுப்ரமணியம், S. ஜானகி

முத்தம் போதாதே,
சத்தம் போடாதே,
ரத்தம் சூடானதே!

'முத்தம்' என்றால் நேரடி அர்த்தம் எல்லாருக்கும் தெரியும். அதன் அடிப்படையில் பார்த்தால் இந்த வரிகள் காதல் ரசம் நிரம்பித் ததும்பித் தோன்றுகின்றன:

'நீ தந்த முத்தம் போதவில்லை' என்கிறாள் அவள், 'அதற்காகக் கோபப்பட்டுச் சத்தம் போடாதே, இன்னும் தருகிறேன்' என்கிறான் அவன். அதனால் இருவருக்கும் ரத்தம் சூடேறுகிறது. முத்தம், சத்தம், ரத்தம் (பின்னால் பித்தம்கூட வரும்) என இயைபுத் தொடையில் நயமான பாட்டு.

ஆனால், தமிழில் முத்தத்துக்கு இன்னொரு அர்த்தமும் உண்டு. தெரியுமா?

முத்து என்றால் *Pearl*, அதே முத்து சற்றே பெரியதாக இருப்பின் அதனை ‘முத்தம்’ என்று அழைப்பார்கள்.

சாட்சி வேண்டுமா? நான்மணிக்கடிகையிலிருந்து இந்தப் பாடல்:

கள்ளி வயிற்றில் அகில் பிறக்கும், மான் வயிற்றில்
ஒள் அரிதாரம் பிறக்கும், பெரும் கடலுள்
பல் விலைய முத்தம் பிறக்கும், அறிவார் யார்
நல் ஆள் பிறக்கும் குடி?

உபயோகமற்றதாகத் தோன்றும் கள்ளி மரத்தின் நடுவே, மணமுள்ள அகில் கட்டை பிறக்கும், மானின் வயிற்றில் ஒளி நிறைந்த அரிதாரம் என்ற பொருள் பிறக்கும், ஏகப்பட்ட விலைக்கு விற்கப்படும் பெரிய முத்துகள், பெரும் கடலுக்குள் பிறக்கும். அதுபோல, நல்லவர்கள் எந்தக் குடும்பத்திலும் பிறக்கலாம்.

இங்கே ‘கடலுள் முத்தம் பிறக்கும்’ என்ற வரியில், ‘முத்தம்’க்கு அர்த்தம், தண்ணீரில் மூழ்கிக் கிஸ் அடிக்கிறார்கள் என்பதல்ல, ‘பெரிய முத்து கடலில் கிடைக்கும்’ என்பதுதான்.

தமிழில் ‘அம்’ என்ற விகுதி, சிறப்பைக் கொடுக்கும். உதாரணமாக:

‘நிலை’ என்றால் ஓர் இடத்தில் நிலைத்திருப்பது, அதையே இன்னும் சிறப்பாகச் சொல்வதுதான் ‘நிலையம்’, அதாவது நிலை + அம், பேருந்து நிலையம், ரயில் நிலையம் போன்றவை.

‘விளக்கு’ என்றால் சாதாரண தீபம், அதையே கடற்கரை ஓரமாக வைத்தால், ‘விளக்கம்’, அதாவது விளக்கு + அம், பெரிய கப்பல்களுக்கு வழிகாட்டுகிற கலங்கரை விளக்கம்.

அதே விதிப்படி முத்து + அம் = முத்தம், பெரிய முத்து.

இப்போது, வைரமுத்துவின் வரிகளை மீண்டும் படித்துப் பாருங்கள். செம காமெடியான ஒரு கற்பனை தோன்றும்:

காதலன் காதலிக்கு ஒரு முத்து மாலை வாங்கி வருகிறான்.

அவளுக்குக் கோபம், ‘யோவ், என்னய்யா மாலை வாங்கிவந்திருக்கே? எண்ணி எட்டே எட்டு முத்துதான் இருக்கு, அதுவும் ஜவ்வரிசி மாதிரி தக்கனூண்டு இருக்கு, இதெல்லாம் நல்லால்லே!’

‘ஏய், சத்தம் போட்டு மானத்தை வாங்காதேடி’ என்கிறான் காதலன், கோபத்தில் அவனுக்கு ரத்தம் சூடேறுகிறது. அதை அடக்கிக்கொண்டு, வேறு பெரிய முத்து மாலையாக அவளுக்கு வாங்கித் தருகிறான்.

ரொமான்ஸ் பிரியர்கள் மன்னிப்பார்களாக! :)

26. பொய்க்கும் மெய்க்கும் இடையே

படம்: தாயைக் காத்த தனயன்
பாடல்: மூடித் திறந்த இமை இரண்டும் பார், பார் என்றன
எழுதியவர்: கண்ணதாசன்
இசை: கே. வி. மகாதேவன்
பாடியவர்கள்: டி. எம். சௌந்தர்ராஜன், பி. சுசீலா

அன்னப் பொடிநடை முன்னும் பின்னும் ஐயோ, ஐயோ என்றது,
வண்ணக் கொடி இடை கண்ணில் விழுந்து மெய்யோ, பொய்யோ என்றது,
கன்னிப் பருவம் உன்னைக் கண்டு காதல், காதல் என்றது,
காதல் என்றதும் வேறோர் இதயம் நாணம், நாணம் என்றது!

கண்ணதாசனை நாம் கம்ப தாசன் என்றும் அழைக்கலாம். அந்த அளவுக்குக் கம்பன்மீது கவிஞருக்குப் பற்று அதிகம்.

இதற்குச் சாட்சியாக, கண்ணதாசனின் தனிப்பாடல்களில் இருந்து சில வரிகள்:

அந்நாளில்,
அழகு வெண்ணெய் நல்லூரில்,
கம்பனது வீட்டில்

கணக்கெழுதி வாழ்ந்தேனோ!
பத்தாயிரம் கவிதை
சத்தாக அள்ளிவைத்த
சத்தான கம்பனுக்கு ஈடு, இன்னும்
வித்தாகவில்லை என்று பாடு!
கம்பன் எனும் மாநதியில்
கால்நதிபோல் ஆவதென
நம்புகிறேன் பாட்டெழுதும் நானே, அந்த
நாயகன்தான் என்ன நினைப்பானோ!

தனிப்பாடல்களில் மட்டுமல்ல, திரைப்பாடல்களிலும் கவிஞரின் கம்பன் பற்று தெரியும். உதாரணமாக, 'செந்தாழம்பூவில் வந்தாடும் தென்றல்' என்ற பாடலில் பலவிதமான இயற்கைக் காட்சிகளைச் சொல்லிப்போகும் கவிஞர், 'இதழை வருடும் பனியின் காற்று' என்று சொல்லிவிட்டு, அதற்குப் பொருத்தமான உவமையாகக் 'கம்பன் செய்த வர்ணனை' என்கிறார். அப்படியென்றால் கம்பனின் வர்ணனைப் பதிவுகளை அவர் எந்த அளவு ரசித்துப் படித்திருக்கவேண்டும் என்று நாம் ஊகித்துக்கொள்ளலாம்!

கம்ப ராமாயணத்தை முழுவதுமாகப் படித்து ருசித்து, அதில் உள்ள அழகழகான அம்சங்களைத் திரைப்பாடல்களில் மிக எளிமையாக, யாரும் புரிந்துகொள்ளும்வகையில் உரித்துத் தந்தவர் கண்ணதாசன். அப்படிச் சில வரிகளைதான் இன்றைக்கு நாம் பார்க்கிறோம்.

அன்னம் போன்ற அவளுடைய பொடிநடையைப் பார்க்கும்போது மனம் 'அடடா!' என்று வியந்து நிற்கிறது, அப்போது அவளுடைய அழகான கொடி போன்ற மெல்லிய இடை கண்ணில் தோன்றி, மறுகணம் காணாமல் போய்விடுகிறது, நிஜத்தில் அங்கே இடை உள்ளதா, அல்லது அது பொய்யா என்று உள்ளம் மயங்குகிறது.

இந்த வாக்கியங்கள் சீதை, ராமனைப்பற்றிக் கம்பர் எழுதியவை:

வெய்யோன் ஒளி தன் மேனியின் விரி சோதியின் மறைய,
பொய்யே எனும் இடையாளொடும், இளையானொடும் போனான்,
'மையோ, மரகதமோ, மறி கடலோ, மழை முகிலோ,
ஐயோ இவன் வடிவு!' என்பது ஓர் அழியா அழகு உடையான்!

ராமனின் உடலில் இருந்து வெளிப்படும் பிரகாசத்துக்கு முன்னால், அந்தச் சூரிய ஒளிகூடத் தோற்றுவிடுகிறது. 'அங்கே இடுப்பு உள்ளது பொய்யே' என்று எண்ணத் தோன்றும் மெலிந்த இடை கொண்ட சீதையோடும், தம்பி லட்சுமணனோடும் நடந்து செல்லும் அந்த ராமனை எப்படி வர்ணிப்பது? கருத்த மை என்பதா? மரகதம் என்பதா? கடல் என்பதா? மேகம் என்பதா? அடடா, இவனுடைய அழியாத அழகுக்குப் பொருத்தமான உவமை சிக்க மறுக்கிறதே!

27. சின்னவளை, முகம் சிவந்தவளை...

படம்: அந்த ஒரு நிமிடம்
பாடல்: சிறிய பறவை சிறகை விரித்து
எழுதியவர்: வைரமுத்து
இசை: இளையராஜா
பாடியவர்கள்: S. P. பாலசுப்ரமணியம், S. ஜானகி

சொர்ணமே, அரச அன்னமே, இதழின் யுத்தமே முத்தமே!
நெற்றியில் வியர்வை சொட்டுமே, கைகள் பற்றுமே, ஒற்றுமே!
சோழன் குயில் பாடுகையில், சோலைக் குயில் ஓய்வெடுக்கும்,
மெல்லினங்கள் பாடு கண்ணே, வல்லினங்கள் வாய் வலிக்கும்!

சிறு பின்னணியுடன் வாசிக்கவேண்டிய வரிகள் இவை. இந்தப் பாடலின் இந்தக் குறிப்பிட்ட பகுதி (சரணம்), கம்பர் மகன் அம்பிகாபதியும், சோழன் மகள் அமராவதியும் பாடுவதாகக் கற்பனை செய்து எழுதப்பட்டுள்ளது.

அதனால்தான், தன் காதலியைச் 'சோழன் குயில்' என்று வர்ணிக்கிறான் காதலன். 'அரச அன்னமே' என்றும் விளிக்கிறான்.

'அரச அன்னம்' என்பது வடமொழியில் உள்ள 'ராஜ ஹம்ஸம்' என்பதன் தமிழ் மொழிபெயர்ப்பு. இதை இந்த வடிவத்திலேயே பல இலக்கியங்கள் பயன்படுத்தியுள்ளன. உதாரணமாக, மணிமேகலையில், 'அரச அன்னம் ஆங்கு இனிது இருப்ப...', குமர குருபரர் எழுதிய 'சகலகலாவல்லி மாலை'யில், 'அரச அன்னம் நாண நடை கற்கும்...'

அழகான இந்த இலக்கியச் சொல்லைச் சினிமாவுக்குக் கொண்டுவந்து, மிகப் பொருத்தமான இடத்தில் பயன்படுத்தியிருக்கிறார் வைரமுத்து. இதற்கு என்ன அர்த்தம்?

'அரசன்' என்பது இங்கே சோழனைக் குறிக்கலாம், 'சோழன் மகளே' என்ற அர்த்தத்தில் 'அரச அன்னம்' என்று காதலன் அவளைப் பாடலாம். அல்லது, 'அன்னங்களுக்கெல்லாம் அரசியைப்போன்றவளே' என்று வர்ணிக்கலாம்.

இவைதவிர, 'அரச அன்னம்' என்றே ஒரு வகை இருக்கிறதாம்.

பொதுவாக அன்னப் பறவைகள் முழுவதும் வெண்மையாகதான் இருக்கும் என்று சொல்வார்கள். அரச அன்னம் கொஞ்சம் ஸ்பெஷல், அதன் அலகும், கால்களும் செக்கச்செவேல் என்று காணப்படும்.

நான்காவதாக ஒரு நகைச்சுவை விளக்கமும் உண்டு, 'அரச அன்னம்' என்பதில் அன்னத்தைச் சாதமாகக் கொண்டு 'ராஜ போஜனம்' என்றும் மொழி பெயர்க்கலாம். அதாவது, அரசர்கள் உண்ணக்கூடிய, அறுசுவையும் நிறைந்த *Rich, Multi Course Meal*. காதலன் ஒரு சாப்பாட்டு ராமனாக இருக்கும்பட்சத்தில் காதலியை 'அடியே, அன்லிமிட்டெட் மீல்ஸே' என்று வர்ணிப்பது பொருத்தமாக இருக்குமல்லவா?

அடுத்து, நான்காவது வரியில் 'மெல்லினங்கள் பாடு கண்ணே, வல்லினங்கள் வாய் வலிக்கும்' என்று ஓர் அழகான கற்பனை உள்ளது. ஆனால், திடீரென்று காதலன் ஏன் அப்படிப் பாடவேண்டும்?

காரணம் இருக்கிறது, இரண்டாவது வரியைக் கவனியுங்கள், 'நெற்றி', 'சொட்டுமே', 'பற்றுமே', 'ஒற்றுமே' என்று வல்லினமாகப் பாடுகிறாள் காதலி. அந்த அழுத்தத்தை அவள் தேகம் தாங்குமா என்று காதலனுக்குக் கவலை, 'இனிமேல் வல்லினம் பாடாதே கண்ணே, உனக்கு மெல்லினம் போதும்' என்கிறான்.

'வல்லினம் பாடினாலே வாய் வலிக்குமா? என்ன கதை விடறீங்க?' என்று சண்டைக்கு வராதீர்கள். இந்தப் பாடல் எழுதப்பட்ட நேரத்தில் பெண்கள் அத்துணை மெல்லியர்களாக இருந்திருக்கிறார்கள். சாட்சிக்கு, இதேபோல் ஓர் அன்னத்தை முக்கியப் பாத்திரமாகக் கொண்ட நளவெண்பாவிலிருந்து ஒரு பாடல்:

கொய்த மலரைக் கொடுங்கையினால் அணைத்து
மொய்குழலில் சூட்டுவான் முன்வந்து, தையலாள்
பாதார விந்தத்தே சூட்டினான் பாவை இடைக்(கு)
ஆதாரம் இன்மை அறிந்து.

காதலன் ஒரு மலரைப் பறிக்கிறான். அதை உள்ளங்கையில் ஏந்தி வருகிறான், காதலியின் அடர்த்தியான கூந்தலில் அதைச் சூட்டப் பார்க்கிறான்.

திடீரென்று அவனுக்கு ஒரு யோசனை, மனத்தை மாற்றிக்கொண்டுவிடுகிறான், காதலியுடைய கால்களில் அந்த மலர்களைச் சூட்டிவிடுகிறான்.

ஏன்?

தலையில் பூவைச் சூட்டப்போன அந்த விநாடியில்தான், அவன் அவளது இடையைப் பார்த்திருக்கிறான், அத்தனை மெலிதான இடை, பூவின் பாரத்தைத் தாங்குமா?!

இப்போது சொல்லுங்கள், வல்லினம் பாடினால் சோழன் குயில் என்னவாகும்!

28. நொடியில் பாயும் செந்நாரைகள்

படம்: பிரம்மா
பாடல்: இவள் ஒரு இளங்குருவி
எழுதியவர்: வாலி
இசை: இளையராஜா
பாடியவர்: எஸ். ஜானகி

நான் பாடும் பாட்டு, தலையாட்டிக் கேட்டு,
தினந்தோறும் பூப் பூக்கும் தோட்டங்களே!
நீரோடைமீது நொடிப்போதில் பாய்ந்து
இரை தேடும் செந்நாரைக் கூட்டங்களே!

'நொடிப் போது' என்ற வார்த்தையை நாம் அதிகம் பயன்படுத்துவதில்லை. 'நொடிப் பொழுது' (அதாவது ஒரு விநாடி நேரம்) என்பதன் சுருங்கிய / மருவிய வடிவம் இது.

அதேசமயம், 'போது' என்பது ஒதுக்கவேண்டிய வார்த்தை அல்ல, இதே வடிவில், இதே பொருளில் அது பல இலக்கியங்களிலும் வருகிறது. உதாரணமாக, திருவருட்பாவில் வள்ளலார் 'போதுபோக்கினையே மனனே' என்று எழுதுகிறார். இன்றைக்கு நாம் சர்வசாதாரணமாகச் சொல்லும் 'பொழுதுபோக்கு' என்ற வார்த்தையேதான்.

‘போது’ என்ற தனிச்சொல் இப்போது பரவலாகப் பேசப்படாவிட்டாலும், அது ஒரு கூட்டுச்சொல்லாகப் புழக்கத்தில் இருக்கிறது. நம்மையும் அறியாமல் நாம் அதைத் தினந்தோறும் பயன்படுத்துகிறோம்.

இப்போது, அப்போது, எப்போது என்ற சொற்களின் முழு வடிவம், இந்தப் பொழுது, அந்தப் பொழுது, எந்தப் பொழுது. இதில் ‘பொழுது’ என்பது சுருங்கிப் ‘போது’ என மாறி, சுட்டும் ‘இந்த’, ‘அந்த’, ‘எந்த’ என்ற சொற்களும் இ, அ, எ எனச் சுருங்கி, இப்படி வேறுவிதமாக மாறிவிட்டது.

அதேபோல், ‘பாடியபோது’, ‘சந்தித்தபோது’, ‘பிறந்தபோது’ போன்ற சொற்களும்கூட, ‘பாடிய பொழுது’, ‘சந்தித்த பொழுது’, ‘பிறந்த பொழுது’ என்றுதான் நீளும். இப்படி நாமே உணராத அளவு ‘பொழுது’க்குப் பதில் ‘போது’ என்ற வார்த்தை நம்மை முழுமையாக ஆக்கிரமித்துவிட்டது.

பொழுது, போதுதவிர, போழ்து என்றும் ஒரு வார்த்தை உண்டு. பெரும்பாலும் கவிதைகளில் மட்டும் பயன்படுத்துவார்கள். ‘‘செவிக்கு உணவு இல்லாதபோழ்து, சிறிது வயிற்றுக்கும் ஈயப்படும்’ என்பதுபோல.

அது நிற்க. தமிழில் ‘போது’க்கு வேறு அர்த்தம் உண்டு: முதிர்ந்த மொட்டு. ‘காலை அரும்பி, பகல் எல்லாம் போது ஆகி, மாலை மலரும் இந்நோய்’ என்று காதல்பற்றி ஓர் அருமையான திருக்குறள் இருக்கிறது.

29. எண்ணிப் பார்க்கவேண்டிய விஷயம்

படம்: அபூர்வ ராகங்கள்
பாடல்: ஏழு ஸ்வரங்களுக்குள்
எழுதியவர்: கண்ணதாசன்
இசை: எம். எஸ். விஸ்வநாதன்
பாடியவர்: வாணி ஜெயராம்

ஏழு ஸ்வரங்களுக்குள் எத்தனை பாடல்!
இதயச் சுரங்கத்துள் எத்தனை கேள்வி!
காணும் மனிதருக்குள் எத்தனை சலனம், வெறும்
கற்பனை சந்தோஷத்தில் அவனது கவனம்!

இந்தப் பாடலின் முதல் வரியில் 'எத்தனை' என்கிற வினாச்சொல் இருப்பினும், அது உண்மையில் கேள்வி அல்ல. 'இருப்பவை ஏழு ஸ்வரங்கள்தாம். அதற்குள் எத்தனை எத்தனையோ பாடல்கள் அடங்கியுள்ளனவே!' என்கிற வியப்பைக் குறிப்பிடும் வாக்கியம்தான்.

ஆக, 'ஏழு ஸ்வரங்களுக்குள் எத்தனை பாடல்' என்ற வரிக்கு, நாம் '1792 பாடல்கள்' என்பதுபோல் ஓர் எண்ணிக்கையைக் குறிப்பிட்டு பதில் சொல்லவேண்டியதில்லை. அது கவிஞரின் நோக்கமும் இல்லை.

ஒரு பேச்சுக்கு, நாம் இதை ஒரு கேள்வி வாக்கியமாகவே எடுத்துக்கொள்வோம். இதனுடன் அடிப்படைத் தொடர்பு கொண்ட, ஆனால் சற்றே வேறுபட்ட இன்னும் இரு சொற்களைப் புரிந்துகொள்வோம் : எத்துணை & எவ்வளவு.

'எத்தனை'க்கும் 'எத்துணை'க்கும் 'எவ்வளவு'க்கும் என்ன வித்தியாசம்?

'எத்தனை?' என்று கேட்டால், அதற்குப் பதிலாக ஒன்று, இரண்டு, மூன்று, தொண்ணூற்றெட்டு, ஆறு லட்சத்துப் பதினாறு என்பதுபோல் ஓர் எண்ணை*(Number)*தான் பதிலாகச் சொல்லவேண்டும்.

'எத்துணை?' என்று கேட்டால், எண் + அதனுடன் அளவு *(Unit)* ஒன்றையும் சேர்த்து பதிலாகச் சொல்லவேண்டும்

'எவ்வளவு?'ம் 'எத்துணை'மாதிரியேதான்

உதாரணமாக, 'உனக்கு எத்தனை வயது?' என்று ஒருவர் கேட்டால், '19' என்று எண்ணிக்கையைப் பதிலாகச் சொல்லலாம். 'உன் வீட்டில் எத்தனை பேர் வசிக்கிறார்கள்?' என்று கேட்டால், '6' என்று எண்ணிக்கையைப் பதிலாகச் சொல்லலாம்.

ஆனால் அதே நபர் 'உன் சம்பளம் எத்தனை?' என்று கேட்டால், அதற்கு என்ன பதில் சொல்வது?

சம்பளம் என்பது வெறும் எண் அல்ல, '10' என்று பதில் சொன்னால், அது பத்து ரூபாயா, பத்து பைசாவா, பத்து டாலரா, பத்து யூரோவா, பத்து தங்கக்கட்டிகளா?

ஆக, 'சம்பளம் எத்தனை?' என்ற கேள்வி தவறு, 'சம்பளம் எவ்வளவு?' அல்லது 'சம்பளம் எத்துணை?' என்றுதான் கேட்கவேண்டும். அப்போது பதில் '10 ரூபாய்' என்று (அளவோடு சேர்ந்து) வரும்.

அதெல்லாம் முடியாது, நான் 'எத்தனை'யைதான்

பயன்படுத்துவேன் என்று நீங்கள் பிடிவாதம் பிடித்தால், பிரச்னையில்லை, 'உன்னுடைய சம்பளம் எத்தனை ரூபாய்?' என்று சற்றே மாற்றிக் கேட்கலாம். அப்போது '10' என்று (வெறும் எண்ணாக) பதில் கிடைக்கும்.

இன்னும் சில உதாரணங்கள்:

★ *உங்கள் வீட்டில் தினமும் எத்துணை பால் வாங்குகிறீர்கள்? (சரி)*

★ *உங்கள் வீட்டில் தினமும் எத்தனை லிட்டர் பால் வாங்குகிறீர்கள்? (சரி)*

★ *உன் உயரம் எத்தனை? (தவறு)*

★ *+2வில் நீ எத்தனை மார்க் வாங்கினாய்? (சரி)*

★ *இந்த மேட்ச்சில் சச்சின் டெண்டுல்கர் எத்தனை ரன் எடுத்தார்? (சரி)*

★ *இந்தக் கட்டுரையைப் படித்து முடிக்க எத்தனை நேரம் ஆகும்? (தவறு)*

★ *இந்தக் கட்டுரையைப் படித்து முடிக்க எத்தனை நிமிடங்கள் ஆகும்? (சரி)*

★ *இந்தக் கட்டுரையைப் படித்து முடிக்க எத்துணை நேரம் ஆகும்? (சரி)*

'எத்துணை'யின் இன்னொரு பயன்பாடு, அளவிடமுடியாத விஷயங்களைச் சொல்வது. உதாரணமாக, 'இந்த ஓவியம்தான் எத்துணை அழகு!'

இங்கே 'எத்தனை'யைப் பயன்படுத்தினால் ('இந்த ஓவியம் எத்தனை அழகு!') பதில் ஓர் எண்ணாக இருக்கவேண்டும். ஓவியத்தின் அழகை 10, 20 என்று நம்மால் அளவிட்டுச் சொல்லமுடியாதல்லவா?

'என்ன அழகு, எத்தனை அழகு!' என்று ஒரு பிரபலமான பாட்டுக் கேட்டிருப்பீர்கள். அது 'என்ன அழகு, எத்துணை அழகு!' என்றுதான் இருக்கவேண்டும். காதலிக்கு ஐஸ் வைப்பதென்றாலும், இலக்கணப்படி 'உன் முகம் எத்துணை அழகாக உள்ளது' என்றுதான் கொஞ்சவேண்டும் :>

அது நிற்க. இந்த நான்கு வரிகளில் கண்ணதாசன் மூன்றுமுறை 'எத்தனை'யைப் பயன்படுத்துகிறார். அவை மூன்றும் சரிதானா? நீங்களே தீர்மானித்துக்கொள்ளுங்கள் :)

30. 24 காரட்

படம்: இளமை ஊஞ்சலாடுகிறது
பாடல்: கிண்ணத்தில் தேன் வடித்து
எழுதியவர்: வாலி
இசை: இளையராஜா
பாடியவர்கள்: கே. ஜே. யேசுதாஸ், எஸ். ஜானகி

ஆணிப்பொன் கட்டில் உண்டு, கட்டில்மேல் மெத்தை உண்டு,
மெத்தைமேல் வித்தை உண்டு, வித்தைக்கோர் தத்தை உண்டு,
தத்தைக்கோர் முத்தம் உண்டு, முத்தங்கள் நித்தம் உண்டு!

வாலிக்கு 'ஆணிப்பொன்' என்ற பதம் மிகவும் பிடித்ததாக இருக்கவேண்டும். எம்ஜிஆருக்கு 'அழகிய தமிழ் மகள் இவள்' என்று எழுதும்போது, தொகையறாவை 'ஆணிப்பொன் தேர் கொண்டு மாணிக்கச் சிலையென்று வந்தாய்' என்று தொடங்குகிறார். இங்கே கமலஹாசனுக்கு ஆணிப்பொன்னால் கட்டில் போடுகிறார், அப்புறம் ரஜினிகாந்த் குரலில் 'ஆணிப்பொன்னு, ஐயர் ஆத்துப்பொண்ணு' என்று நாயகியை வர்ணிக்கிறார்.

காதல்மட்டுமல்ல, 'பூங்காவியம் பேசும் ஓவியம்' என்று தாய், மகள் உறவைச் சொல்ல வரும்போதும்கூட, 'ஆணிப்பொன் தேரோ' என்றுதான் நெகிழ்கிறார் வாலி.

ஆரம்பத்தில் நான் இதை 'ஆனிப்பொன்' என்றுதான் நினைத்துக்கொண்டிருந்தேன். அப்புறம் ஒரு நண்பர்தான் 'ஆணிப்பொன்' என்று திருத்தினார்.

அதென்ன 'ஆணிப்பொன்'?

எந்தக் கலப்படமும் இல்லாத, சுத்தமான 24 காரட் தங்கத்தைதான் 'ஆணிப்பொன்' என்று அழைக்கிறோம்.

பொதுவாகவே தமிழில் 'ஆணி' என்ற வார்த்தை உயர்வைக் குறிக்கிறது. 'ஆணிமுத்து வாங்கிவந்தேன் ஆவணி வீதியிலே' என்று கண்ணதாசன் எழுதிய பாடலைக் கேட்டிருப்பீர்கள்.

இன்றைக்கு நம்மிடம் 'ஆணி' என்று யாராவது சொன்னால், சுத்தியலால் அடித்துப் பிணைக்கும் ஓர் இரும்புத் துண்டுதான் மனத்தில் தோன்றும். ஆனால், நம்மையும் அறியாமல் இந்த 'ஆணி'யை, உயர்வு என்ற பொருளிலும் நாம் பயன்படுத்திவருகிறோம் என்று சொன்னால் ஆச்சர்யப்படுவீர்கள்.

'ஆணித்தரமாகப் பேசினான்' என்று சொல்கிறோம் அல்லவா? எந்தப் பிழையும் இல்லாமல், குழப்பம் இல்லாமல், தடுமாற்றம் இல்லாமல், தெளிவாகவும் அழுத்தமாகவும் அடித்துப் பேசினான் என்று நீட்டி முழக்காமல் 'ஆணி'த்தரம் என்று ஒரே வார்த்தையில் அதைச் சொல்லிவிடுகிறது தமிழ்.

இந்தப் பாடலில் வாலி சொல்லும் 'ஆணிப்பொன் கட்டில்' என்பது, ஆழ்வார் பாடலின் சாயல்தான். பெரியாழ்வார் குழந்தைக் கண்ணனுக்கு ஆணிப்பொன்னால் தொட்டில் போட்டார்:

> மாணிக்கம் கட்டி, வைரம் இடை கட்டி,
> ஆணிப்பொன்னால் செய்த வண்ணச் சிறு தொட்டில்,
> பேணி உனக்கு பிரம்மன் விடுதந்தான்,
> மாணிக் குறளனே, தாலேலோ! வையம் அளந்தானே, தாலேலோ!

ரொம்ப சீரியஸாகப் பேசிவிட்டோம், கொஞ்சம் ஜாலியாக ஒரு விளக்கம் பார்ப்போமா?

இப்போதெல்லாம் அலுவலகத்தில் வேலை செய்கிறோம் என்பதை வேடிக்கையாக 'ஆணி பிடுங்குகிறோம்' என்று சொல்வார்கள். அது இழிவான கேலி வார்த்தை என்றுதான் நினைத்துக்கொண்டிருக்கிறோம்.

ஆனால் அங்கே இரும்பு ஆணிக்குப் பதில் இந்த 24 காரட் ஆணியைப் பொருத்தினால், உயர்வான வேலையைச் செய்கிறோம் என்கிற அர்த்தம் வந்துவிடுகிறது :)

31. 24 நிமிடங்கள்

படம்: மே மாதம்
பாடல்: மின்னலே, நீ வந்ததேனடி
எழுதியவர்: வைரமுத்து
இசை: ஏ. ஆர். ரஹ்மான்
பாடியவர்: எஸ். பி. பாலசுப்ரமணியம்

சில நாழிகை, நீ வந்து போனது,
என் மாளிகை, அது வெந்து போனது,
மின்னலே, என் வானம் உன்னைத் தேடுதே!

'நாழிகை' என்பது பழந்தமிழர் பயன்படுத்திய நேர அளவுகளில் ஒன்று. இன்றைய கணக்குப்படி 24 நிமிடங்களுக்குச் சமம்.

ஆக, ஒரு நாளில் 24 மணி நேரங்கள், 24 x 60 நிமிடங்கள், 24 x 60 / 24 = 60 நாழிகைகள். இதைப் பகலுக்கு 30, இரவுக்கு 30 என்று பிரித்துள்ளார்கள்.

நம்முடைய மணிக்கணக்கின்படி, அதிகாலை 6 AMக்கு, முதல் நாழிகை தொடங்குகிறது, 6:25க்கு இரண்டாம் நாழிகை, 6:49க்கு மூன்றாம் நாழிகை, and so on.

இதனைக் கணக்கிடுவதற்காக, 'நாழிகை வட்டில்' என்ற ஒரு கருவியையும் தமிழர்கள் பயன்படுத்தியிருக்கிறார்கள். Hour

Glass போன்ற அமைப்பு, அதில் நீர் அல்லது மணலை நிரப்பியிருப்பார்கள், அது முழுவதும் வடிந்து கீழே வந்து சேர்வதற்கு ஆகும் நேரம், ஒரு நாழிகை, 24 நிமிடங்கள்.

கம்ப ராமாயணத்தில் பிரதான வில்லனாகிய ராவணனைவிட அதிகம் பேசப்பட்ட ஓர் எதிர்மறைப் பாத்திரம் உண்டு: அந்த ராவணனின் மகன் இந்திரஜித் என்கிற மேகநாதன்.

இந்திரஜித்தின் வில்வன்மையைச் சொல்ல வரும் கம்பர், 'நாழிகை ஒன்று, வளையும் மண்டலப் பிறை என நின்றது அவ்வரிவில்' என்கிறார். இந்த அட்டகாசமான வர்ணனையைப் புரிந்துகொள்வதற்கு, நாம் கம்பரின் கண்களில் நின்று கற்பனை செய்யவேண்டும்.

வில்லை எடுக்கிறான் இந்திரஜித், அதில் அம்பு தொடுக்கிறான், அதனால் வில் வளைகிறது, அந்த அம்பை எய்கிறான்.

இப்போது, அவனுடைய கை தோளுக்குப் பின்னே செல்கிறது, இன்னோர் அம்பை எடுக்கிறான், அதே வில்லில் தொடுக்கிறான், எய்கிறான்.

ஆனால், இந்திரஜித் அடுத்த அம்பை எடுத்துத் தொடுப்பதற்குள் வளைந்த வில் நிமிர்ந்து நேராகிவிடுமல்லவா?

அதுதான் இல்லை, முதல் அம்பு வில்லில் இருந்து விடுபட்டுச் சென்ற அதே வேகத்தில் அடுத்த அம்பை எடுத்துத் தொடுத்துவிடுகிறான், ஆகவே, வளைந்த வில் அப்படியே வளைந்தே நிற்கிறது. அதிலேயே தொடர்ந்து மூன்றாவது, நான்காவது அம்புகளைச் செலுத்திக்கொண்டே இருக்கிறான்.

இடைவெளியில்லாமல் இப்படி அம்புகளைத் தொடர்ந்து எய்த காரணத்தால், இந்திரஜித்தின் வில் ஒரு நாழிகைப் பொழுதுக்கு, அதாவது 24 நிமிடங்களுக்கு நிமிராமல் வளைந்தே காணப்பட்டதாம், அதைப் பார்ப்பதற்குப் பிறைச் சந்திரன்போல் தோன்றியதாம்.

சர்வதேச அளவில் 60 நிமிட 'மணி'யை நாம் பயன்படுத்தத் தொடங்கிவிட்டதால், 24 நிமிட 'நாழிகை' நம்முடைய தினசரிப் பேச்சில் அதிகம் இடம்பெறுவதில்லை. ஆனால், தமிழர்கள் நாளை 24 நிமிடக் கூறுகளாகப் பிரித்ததில் ஏதோ ஒரு காரணம் இருக்கவேண்டும் என்று தோன்றுகிறது.

*Time Management*பற்றிப் பேசும் நிபுணர்கள் நமது நேரத்தைச் சரியானபடி பயன்படுத்திக்கொண்டு வேலைகளைச் செய்வதற்குப் பல உத்திகளை முன்வைக்கிறார்கள். அதில் பிரபலமான ஒன்று, *Pomodoro Technique*.

இந்த உத்தியைப்பற்றி விரிவாகப் பேசுவதற்கு நிறைய விஷயங்கள் உண்டு, இங்கே அது அவசியமில்லை என்பதால் சுருக்கமாகச் சொல்கிறேன்: ஒரே வேலையைத் தொடர்ந்து நெடுநேரம் செய்தால் சோர்வாகும், அதற்காக அடிக்கடி வேலைகளை மாற்றிக்கொண்டிருந்தால் எதையும் உருப்படியாகச் செய்யமாட்டோம். ஆகவே, ஒரு குறிப்பிட்ட நேர இடைவெளியில், எந்த இடையூறும் இல்லாமல் ஒரே வேலையைச் செய்வது, அதன்பிறகு சிறு ஓய்வு எடுத்துக்கொண்டு, மீண்டும் அதே நேர இடைவெளியில் அதே வேலையைத் தொடர்வது, அல்லது அடுத்த வேலையைச் செய்வது...

இப்படி ஒவ்வொரு நாளையும் அந்தக் குறிப்பிட்ட நேர இடைவெளிகளாகப் பிரித்துக்கொண்டு வேலை செய்தால், எல்லாவற்றையும் சிறப்பாகச் செய்துமுடித்துவிடலாம் என்பதே இந்த உத்தியின் அடிப்படை. பல பள்ளி, கல்லூரிகள், அலுவலகங்களில் இந்த முறை பயன்படுத்தப்பட்டுப் பெரும் வெற்றி பெற்றிருக்கிறது. பல லட்சம் பேர் இதனால் பயன் பெற்றுள்ளதாகச் சொல்கிறார்கள்.

Pomodoro Technique சொல்லும் அந்த '*Perfect*' நேர இடைவெளி, 25 நிமிடம். கிட்டத்தட்ட ஒரு நாழிகை :)

32. சாலை கடந்த குமரிகள்

படம்: இதயம்
பாடல்: ஏப்ரல் மேயிலே பசுமையே இல்லை
எழுதியவர்: வாலி
இசை: இளையராஜா
பாடியவர்கள்: இளையராஜா, தீபன் சக்கரவர்த்தி, எஸ். என். சுரேந்தர்

காலேஜ் அழகியும் கான்வென்ட் குமரியும் தியேட்டர் போகிறார்,
டாக்ஸி ட்ரைவரும் பார்த்துப் பார்த்துதான் மீட்டர் போடுவார்,
காலை, மாலைதான் வேலை பார்ப்பவர் மகிழ்ச்சி கொள்கிறார்,
வாலைக் குமரிகள் சாலை கடக்கையில் வாயைப் பிளக்கிறார்!

என்னதான் 75% ஆங்கிலம் கலந்து பாட்டு எழுதினாலும்கூட, தன்னையும் அறியாமல் சில மரபுச் சொற்களை ஆங்காங்கே நுழைத்துவிடுவார் வாலி. அந்தவிதத்தில், இந்தப் பாடலில், 'வாலை'க் குமரி.

இதே சொல்லை பாரதியாரும் பயன்படுத்தியிருக்கிறார், 'வாலைக் குமரியடி, கண்ணம்மா, மருவக் காதல் கொண்டேன்!'

குறும்பான பெண்ணை 'வால் குமரி' என்று சொல்லலாம், அதென்ன 'வாலைக் குமரி'?

பெண்களின் வயதைப் பொறுத்து பேதை, பெதும்பை, மங்கை, மடந்தை, அரிவை, தெரிவை, பேரிளம்பெண் என்று ஏழுவிதமாகப் பிரிப்பார்கள், கேள்விப்பட்டிருக்கிறோம்.

இதேபோல், இன்னொரு வகைபாடும் இருக்கிறது: வாலை, தருணி, பிரவுடை, விருத்தை.

★ வாலை : 15 வயதுவரை உள்ள பெண்கள்

★ தருணி : 16 முதல் 30 வயதுக்குள் உள்ள பெண்கள்

★ பிரவுடை : 31 முதல் 55 வயதுக்குள் உள்ள பெண்கள்

★ விருத்தை ★ 55 வயதுக்குமேல் உள்ள பெண்கள்

ஆக, 'வாலைக் குமரி' என்றால் பதினைந்து வயதுப் பெண் (அல்லது அதைவிடச் சிறியவள்) என்று அர்த்தம். *Underage* காதல் ரொம்பத் தப்பாச்சே, யு டூ வாலி? அதைவிட, யு டூ பாரதி?

கவலை வேண்டாம், இதே வார்த்தையில் இரு கவிஞர்களுக்கும் ஒரு *Loop Hole* இருக்கிறது, அதன்மூலம் பிரச்னையில் சிக்காமல் வெளிவந்துவிடுவார்கள்.

'வால்', 'வாலை' என்ற சொற்களுக்குத் தமிழில் 'சுத்தமான' என்ற பொருளும் உண்டு. ஹமாம் போட்டுக் குளித்துவிட்டு வந்த சுத்தமான பெண்கள் (அல்லது, தூய்மையான எண்ணங்களைக் கொண்ட / களங்கமில்லாத பெண்கள்) சாலை கடந்தனர், அதைப் பார்த்த மற்றையோர் வாயைப் பிளந்தனர், அம்மட்டே!

போகட்டும், 'மருவ'க் காதல் என்கிறாரே பாரதியார், அதென்ன மருமம்?

தமிழில் 'மருவுதல்' என்றால் இது, அது என்று வித்தியாசமே பார்க்காதபடி இரண்டறக் கலத்தல் என்று அர்த்தம். காதலுக்கு மிகப் பொருத்தமான அடைமொழி, பாரதின்னா சும்மாவா? :)

33. கண்ணே, கொஞ்சம் சிரி!

படம்: உயிருள்ளவரை உஷா
பாடல்: இந்திர லோகத்து சுந்தரி
எழுதியவர்: டி. ராஜேந்தர்
இசை: டி. ராஜேந்தர்
பாடியவர்கள்: எஸ்.பி. பாலசுப்ரமணியம், பி.எஸ். சசிரேகா

பொன் உருகும் கன்னம் குழிய,
ஒரு புன்முறுவல் சிந்திச் சென்றாள்,
இந்த மானிடனும் மயங்கிவிட்டான்,
அந்த மானிடமே மனதை விட்டான்!

'முறுவல்' என்றால், அட்டகாசமாக வாய் விட்டுச் சிரிக்காமல், உதட்டால் மட்டும் (கொஞ்சம்போல்) சிரிப்பது, பேச்சுவழக்கில் அதிகம் இல்லாவிட்டாலும், இன்றைக்கும் எழுத்தில் நிறைய பயன்படுத்துகிற ஒரு சொல்தான் இது.

அதே சொல்லுக்கு, 'பல்' என்றும் ஓர் அர்த்தம் உண்டு, தெரியுமா?

நளவெண்பாவில் புகழேந்தியின் பாடல் ஒன்று, 'முந்நீர் மடவார் முறுவல் திரள் குவிப்ப' என்று தொடங்குகிறது.

கடற்கரைக்கு வரும் அலைகள், அங்கே பல முத்துகளை விட்டுச் செல்கின்றன, அவற்றைப் பார்க்கும்போது, அழகிய பெண்களின் பற்களைப்போல் இருக்கின்றனவாம்.

இங்கே 'முறுவல்' என்றால் பல், 'திரள்' என்றால் ஒன்றுசேர்தல், பல கவிதைகளைத் தொகுத்துள்ள ஒரு நூலைத் 'திரட்டு' என்று சொல்கிறோமே, அதன் வேர்ச்சொல் இதுதான். ஆக, 'முறுவல் திரள்' என்றால், பற்களின் கூட்டம், அல்லது தொகுப்பு.

'முறுவல்' சரி, அதென்ன 'புன்'?

ராமாயணத்தில் ராமனும் ராவணனும் முதன்முறையாகச் சந்தித்துக்கொள்ளும் காட்சியில், 'புன் தொழில் ராவணன்' என்கிறார் கம்பர். அதாவது, (இன்னொருவருடைய மனைவியை விருப்பமில்லாமல் கடத்திவந்து சிறைப்படுத்தியதன்மூலம்) சிறுமையான தொழிலைச் செய்துவிட்ட ராவணன்.

'புன்' என்றால் சிறிய / சிறுமையான / அதிகம் இல்லாத என்று பொருள் சொல்லலாம். புன்சிரிப்பு, புன்முறுவல், புன்னகை (புன் நகை) என்று சிரிப்புக்கு அடைமொழியாகவே நாம் மிகுதியாகப் பயன்படுத்தும் ஒரு சொல் இது.

'முறுவல்'போலவே, சிரிப்பைச் சொல்லும் இன்னொரு சொல் 'மூரல்'. இதுவும் 'புன்' என்கிற அடைமொழியுடன் சேர்ந்து 'புன்மூரல்' என்று குறிப்பிடப்படுகிறது.

சில பழந்தமிழ் இலக்கியங்களில் இந்த இரண்டையும் சேர்த்து, அதாவது 'மூரல் முறுவல்' என்றும் படிக்கிறோம், இது 'கேட்டு வாசல்', 'நடுசென்டர்'போல அபத்தமாகத் தோன்றும், ஆனால் அங்கெல்லாம் 'மூரல் = பல்', 'முறுவல் = சிரிப்பு' *(Or, Vice Versa)* என்று புரிந்துகொள்ளவேண்டுமாம், அதாவது, பல் தெரியச் சிரிப்பது.

இவ்வளவு தூரம் வந்துவிட்டோம், இன்னும் இரண்டு வார்த்தைகளைப் பார்த்துவிடலாம்!

முதலில், முறுகு.

ஹோட்டலில் நுழைந்தவுடன் 'முறுகலா ஒரு தோசை' என்று ஆர்டர் செய்கிறோம், இது 'முள்' என்பதிலிருந்து வந்தது, நாம் கடித்துத் தின்னும் முறுக்கு, நமீதா விளம்பரம் செய்கிற முறுக்குக் கம்பிகள் எல்லாமே இந்தக் குடும்பம்தான்.

இந்தச் சொல்லுக்கு இரண்டு பொருள்கள் உள்ளன:

★ நேராக இல்லாமல் திரிக்கப்பட்டது / முறுக்கப்பட்டது

★ சூட்டினால் கடினமானது.

அரிசி முறுக்குக்கும், வீடு கட்டும் கம்பிக்கும் இந்த இரண்டு பொருள்களும் பொருந்துகின்றன, ஆனால் தோசைக்கு இரண்டாவது அர்த்தம் மட்டும்தான் என்று நினைக்கிறேன்.

அடுத்து, முருகு.

கடினமான 'முறுகு'வில் வல்லின 'ற'க்குப் பதில் இடையின 'ர' சேர்த்தால், அர்த்தமே மாறிவிடுகிறது. இந்த 'முருகு'வின் பொருள், அழகு, இளமை.

அதனால்தான், 'அழகன் முருகன்' என்கிறோம், இடுகுறிப் பெயர் அல்ல, காரணப் பெயர்!

இப்போ, மாப்பிள்ளை முறுக்கு, மாப்பிள்ளை முருக்கு... இரண்டில் எது சரி? ;)

34. குற்றால நிலவு

படம்: உலகம் சுற்றும் வாலிபன்
பாடல்: நிலவு ஒரு பெண்ணாகி
எழுதியவர்: வாலி
இசை: எம். எஸ். விஸ்வநாதன்
பாடியவர்: டி. எம். சௌந்தர்ராஜன்

புருவம் ஒரு வில்லாக, பார்வை ஒரு கணையாக,
பருவம் ஒரு தளமாக, போர் தொடுக்கப் பிறந்தவளோ!
குறுநகையின் வண்ணத்தில், குழி விழுந்த கன்னத்தில்,
தேன் சுவையைத்தான் குழைத்து, கொடுத்ததெல்லாம் இவள்தானோ!

பெண்களின் வளைந்த புருவத்தை வில்லுக்கு ஒப்பிடுவது பழைய மரபு. அந்த வில்லில் எய்யப்படுகிற அம்பாக அவர்களுடைய விழிகளை வர்ணித்து, அதன்மூலம் ஆண்கள்மீது பெண்கள் போர் தொடுப்பதாகக் கற்பனை செய்தது திருக்குற்றாலக் குறவஞ்சி. செய்தவர் திரிகூட ராசப்பக் கவிராயர்.

உலகம் சுற்றும் வாலிபன், குற்றாலத்துக்கு வரமாட்டானா என்ன? திரிகூட ராசப்பக் கவிராயரின் அந்தக் கற்பனையை மிக அழகான இந்த வர்ணனைப் பாடலில் பயன்படுத்தியிருக்கிறார் வாலி.

> பால் ஏறும் விடையில் வரும் திரிகூடப்பெருமானார் பவனி காணக்
> கால் ஏறும் காமனுக்காக் கை ஏறும் படைப் பவுஞ்சாய்க் கன்னிமார்கள்
> சேல் ஏறும் கலக விழிக் கணை தீட்டிப், புருவ நெடும் சிலைகள் கோட்டி,
> மால் ஏறப் பொருதும் என்று மணிச் சிலம்பு முரசு அறைய வருகின்றாரே!

'பால் ஏறும் விடை' என்றால், பால் போன்ற வெள்ளை வண்ணத்தைக் கொண்ட எருது, அதன்மீது ஏறிப் பவனி வருகிறார் திரிகூடப் பெருமான், அதாவது, சிவன். அவருடைய பவனியை வேடிக்கை பார்க்கப் பல பெண்கள் வருகிறார்கள். அவர்களெல்லாம் யார் தெரியுமா?

'கால் ஏறும் காமன்', அதாவது காற்றில் பறந்து வரும் மன்மதன், அவனுடைய படையில் உள்ள வீராங்கனைகள்தான் இந்தப் பெண்கள். வெறும் வீராங்கனைகள் மட்டும் போதுமா? சண்டை போட ஆயுதம் வேண்டாமா?

ஆயுதம் இல்லாமலா? மீன் போன்ற அவர்களுடைய விழிகள்தான் அம்புகள், அவற்றால் ஒரு பார்வை பார்த்தால் போதும், உலகம் கலகமாகிவிடும்! அப்படிப்பட்ட அம்பை நன்கு தீட்டி, புருவம் என்கிற நீண்ட வில்களில் பொருத்தி எய்யத் தயாராகிறார்கள் அந்தப் பெண்கள். அந்த அம்பால் தாக்கப்பட்ட ஆண்கள், உடனே மயங்கி விழவேண்டியதுதான்.

வீராங்கனைகள் ரெடி, ஆயுதமும் ரெடி, போர் அறிவிக்க முரசு வேண்டாமா? அதுவும் உண்டு. அவர்களுடைய கால்களில் உள்ள மணிச் சிலம்புகளின் சத்தம்தான், மன்மத யுத்தம் தொடங்கப்போவதற்கான அறிவிப்பு.

இனி, ஆண்கள் கதி என்னாகும்?

35. அழகுக் கோலம்

படம்: புருஷ லட்சணம்
பாடல்: கோல விழியம்மா
எழுதியவர்: காளிதாசன்
இசை: தேவா
பாடியவர்: கே. எஸ். சித்ரா

கோல விழியம்மா, ராஜ காளியம்மா,
பாளையத் தாயம்மா, பங்காரு மாயம்மா,
முத்து மாரியம்மா, பத்ர காளியம்மா,
முண்ட கன்னியம்மா, எங்க சென்னியம்மா!

பக்தி ரசம் நிறைந்த சினிமாப் பாடல் இது. நூற்றியெட்டு அம்மன் பெயர்களை மிக அழகாக மெட்டில் பொருத்தி (அல்லது, நூற்றியெட்டு அம்மன் பெயர்களைத் தொகுத்து மெட்டமைத்து) அவர்கள் எல்லாரையும் அழைத்துக் கதாநாயகி இறைஞ்சுவதாகக் காட்சி அமைப்பு.

இதில் என்னை மிகவும் ஈர்த்த விஷயம், அந்த அம்மன் பெயர்கள், பெரும்பாலானவை மிக அழகான தமிழ்ப் பெயர்கள்.

நான் பார்த்தவரை தமிழ்நாட்டில் பல ஆலயங்களில் இறைவன், இறைவிக்கு அருமையான தமிழ்ப் பெயர்கள் உண்டு. கூடவே அவற்றை வடமொழிப்படுத்தி ஒரு பெயரும் வைத்திருப்பார்கள், பின்னர் கொஞ்சம் கொஞ்சமாக இந்த வடமொழிப்பெயர் பிரபலமாகிவிடும், அந்தச் சாமிக்கு ஒரு தமிழ்ப் பெயர் இருப்பதையே மக்கள் மறந்துவிடுவார்கள்.

வடமொழிப் பெயர் / சொற்கள் பிரபலமாவதில் எனக்கொன்றும் ஆட்சேபணை இல்லை. ஆனால் இதன்மூலம் நாம் இழப்பது, அற்புதமான தமிழ்ச் சொற்களை.

உதாரணமாக, இந்தப் பாடலின் முதல் அம்மன் பெயரை எடுத்துக்கொள்ளுங்கள், 'கோல விழி அம்மன்'.

நமக்குத் தெரிந்து 'கோலம்' என்றால் வீட்டு வாசலில் போடுவது. 'அரிசி மாவுக் கோலத்தைப் போன்ற விழிகளைக் கொண்ட அம்மன்' என்று ஓர் இறைவிக்குப் பெயர் வைப்பார்களா? எங்கேயோ இடிக்கிறது!

அகராதியைப் பார்த்தால் தெரியும், 'கோலம்' என்ற சொல்லுக்குத் தமிழில் 'அழகு' / 'அலங்கரிப்பு' / 'தோற்றம்' போன்ற பொருள்களும் உண்டு.

உதாரணமாக,

★ திருப்பாவையில் ஆண்டாள் எழுதியது: 'கோல விளக்கே, கொடியே விதானமே!'

★ சீதை கல்யாணத்தின்போது கம்பன் எழுதியது: 'தன்னையே அனையது ஓர் கோலம் தாங்கினான்.'

★ மாலை நேரத்து வானத்தைப் பாரதிதாசன் எழுதியது: 'குன்றின்மீது நின்று கண்டேன், கோலம், என்ன கோலமே!'

'கோலம்' என்கிற வார்த்தையை இதே பொருளில் கோயில்களில் நிறைய பார்க்கலாம், இறைவனின் நின்ற திருக்கோலம், இருந்த திருக்கோலம், கிடந்த திருக்கோலம் என்பார்கள்.

சினிமாப் பாடலாசிரியர்களுக்கு ரொம்பப் பிடித்த வார்த்தை இது, 'ஒரு கோலக்கிளி சோடி தன்னைத் தேடுது' என்றால், அழகான கிளி தனக்கு ஓர் இணையைத் தேடுகிறது என்று அர்த்தம்.

எல்லாம் சரி, நம்முடைய இன்றைய பேச்சுவழக்கில் 'கோலம்'க்கு இந்தப் பொருள் உண்டா?

நிச்சயம் உண்டு. குழந்தை முகத்தில் எதையாவது பூசிக்கொண்டு வந்து நின்றால், 'என்ன கோலம் இது?' என்று கேட்கிறோம். யாராவது அரைகுறையாக வேலை செய்தால், 'அவசர கோலத்தில் அள்ளித் தெளிக்காதே' என்கிறோம், 'மாப்பிள்ளையும் பெண்ணும் திருமணக் கோலத்தில் வந்து நின்றார்கள்' என்கிறோம். 'ஊர்முழுவதும் விழாக்கோலம் பூண்டது' என்கிறோம்.

நல்லவேளையாக, அத்தனை சுலபத்தில் நாம் ஒரு சொல்லை / பொருளை இழப்பதில்லை!

36. ஆகுபெயர்

படம்: ராஜாதிராஜா
பாடல்: எங்கிட்ட மோதாதே
எழுதியவர்: பொன்னடியான்
இசை: இளையராஜா
பாடியவர்கள்: மனோ, கே. எஸ். சித்ரா

சுண்டல் பயறை ஊற வெச்சு, காலையிலே தின்றுவிட்டு,
தண்டால் எடு, குண்டால் எடு, பஸ்கி எடு, குஸ்தி போடு,
வேட்டி எடுத்து, வரிஞ்சு கட்டி, மீசையத்தான் முறுக்கி முறுக்கி,
சிலம்பை எடுத்துச் சுழற்று சுழற்று, ஆம்பளையா வளரு வளரு!

நேற்று வீட்டில் பச்சைப் பட்டாணி சுண்டல் செய்திருந்தார்கள். பொறியலுக்கும் சுண்டலுக்கும் என்ன வித்தியாசம் என்று யோசித்தபடி சாப்பிட்டேன்.

பத்தாங்கிளாஸ் இலக்கணப் புத்தகத்தில் 'ஆகுபெயர்' என்று ஒரு பாடம் இருந்தது. அதாவது, ஒன்றின் பெயர் இன்னொன்றுக்கு ஆகிவருவது.

இதற்குப் பிரபலமான உதாரணம், 'ஊர் சிரித்தது'. உண்மையில் சிரித்தது ஊர் அல்ல, அதில் உள்ள மக்கள், ஆனால் அது ஊரே சிரித்ததாகச் சொல்லப்படும்.

இதேபோல், 'ரோஜா பயிரிட்டிருக்கிறேன்' என்று ஒருவர் சொன்னால், அவர் மண்ணில் ரோஜாவை விதைத்துள்ளார் என்று அர்த்தம் இல்லை, அவர் செடியைப் பயிரிட்டுள்ளார், அதில் பூக்கும் ரோஜாப்பூ அந்தச் செடிக்கே பெயராக ஆகிவருகிறது.

ஆகுபெயர்களில் பல வகைகள் உண்டு. சினையாகுபெயர், இடவாகுபெயர், பண்பாகுபெயர் என்று அது ஒரு பெரிய லிஸ்ட்.

அந்தப் பட்டியலில் ஒரு வகை, தொழிலாகுபெயர். ஒரு தொழில் அதனால் உருவாகும் பொருளுக்குப் பெயராக மாறுவது.

உதாரணமாக, 'சுண்டல்' என்ற வார்த்தையையே எடுத்துக்கொள்வோம், அது பெயர்ச்சொல் *(Noun)* அல்ல, வினைச்சொல் *(Verb)*, இதன் அர்த்தம், ஒரு பொருளை நீர் வற்றும்படி சுருக்குவது, 'பாலைச் சுண்டக் காய்ச்சினான்' என்று சொல்கிறோம் அல்லவா, அதுதான் இது.

ஆக, பச்சைப் பட்டாணியைச் சூடாக்கி நீரை வற்றவைத்துச் சுண்டச் செய்வது என்ற தொழில், அதனால் கிடைக்கும் உணவுப்பொருளுக்கே பெயராகிவிட்டது. 'சுண்டல்' என்பது தொழிலாகுபெயர்.

சுண்டல் மட்டுமில்லை, வறுவல், பொரியல், அவியல், மசியல், துவையல், பொங்கல் எல்லாமே *Verb*கள்தாம். அதனால் கிடைக்கும் உணவுப்பொருள்களுக்கும் அதே பெயரைச் சூட்டிவிட்டோம்!

அடுத்தமுறை யாராவது 'கடலைச் சுண்டல் செய்தேன்' என்று சொன்னால், 'கடலையே வற்றவைத்தாயா? நீ என்ன பெரிய அகத்தியரா?' என்று கேட்டுவிடுங்கள் :>)

37. அழுத்தினால் அர்த்தம் மாறும்

படம்: பாண்டித்துரை
பாடல்: கானக் கருங்குயிலே
எழுதியவர்: வாலி
இசை: இளையராஜா
பாடியவர்கள்: எஸ். பி. பாலசுப்ரமணியம், ஸ்வர்ணலதா

கானக் கருங்குயிலே, கச்சேரிக்கு வா, வா!
கச்சேரி வைக்கையிலே கண் மலரும் பூவா!
முத்துப்போலே மெட்டுப்பாட
முத்துமாலை கட்டிப்போட வந்தேனே!

இந்தப் பாடலை ஏற்கெனவே கேட்டிருந்தாலும், இன்னொருமுறை கேளுங்கள், எஸ். பி. பாலசுப்ரமணியமும் ஸ்வர்ணலதாவும் 'Kaa'னக் கருங்குயிலே என்று பாடுகிறார்களா? அல்லது, 'Gaa'னக் கருங்குயிலே என்று பாடுகிறார்களா?

'Kaa'தான், 'Gaa' அல்ல!

வேறு பல பாடல்களில் இதே 'கானக் குயிலே' என்ற வரி வந்திருக்கிறது, ஆனால் அங்கெல்லாம் 'Gaa'னக் குயில்தான், 'Kaa'னக் குயில் அல்ல.

'கானம்' என்ற வார்த்தை வடமொழியிலிருந்து வந்தது, '*Gaana*' என்றால் பாடுதல், ஆக, 'பாட்டுப் பாடும் குயில்' என்ற அர்த்தத்தில் பயன்படுத்தினால் '*Gaa*'னக் குயில் என்பதுதான் சரியான உச்சரிப்பு.

ஆனால் *SPB*, ஸ்வர்ணலதா இருவரும் உச்சரிப்பில் தவறு செய்யாத சிறந்த பாடகர்கள். இசையமைத்தவரும் இதுமாதிரி நுட்பமான விஷயங்களைக் கவனிக்கிறவர். அப்புறம் எப்படி இந்தப் பிரச்னை?

காரணம் இருக்கிறது, '*Kaa*'னக் குயில், '*Gaa*'னக் குயில், இரண்டுமே சரியான உச்சரிப்புகள்தாம், நீங்கள் எந்தப் பொருளில் எடுத்துக்கொள்கிறீர்கள் என்பதைப்பொறுத்து அது மாறுபடும்.

'*Gaa*'னக் குயில் என்றால், பாடும் குயில், சரி.

'*Kaa*'னக் குயில் என்றால், கானம் / கானகம் / காட்டுக் குயில் என்று பொருள்.

சந்தேகமாக இருக்கிறதா? 'கான மயிலாடக் கண்டிருந்த வான்கோழி' என்ற ஔவையார் பாடலை நினைவுக்குக் கொண்டுவாருங்கள். அங்கே 'கானம்' என்றால் பாடல் என்பதா பொருள்?

மயில் பார்க்க அழகாக இருக்கும், ஆனால் அதன் குரல் (அகவல்) கேட்கச் சகிக்காது. அதைப்போய் 'பாட்டு மயில்' என்று ஔவைப்பாட்டி எழுதியிருப்பாரா?

ஆக, இது '*Gaa*ன மயில்' அல்ல, '*Kaa*ன மயில்', காட்டு மயில்.

அதேபோல், *SPB*யும் ஸ்வர்ணலதாவும் பாடியது '*Kaa*னக் கருங்குயிலே', அதாவது, காட்டில் வாழும் கருங்குயிலே என்கிற அர்த்தத்தில்தான். ஒருவேளை வாலி 'பாட்டுப் பாடும் கருங்குயிலே' என்ற அர்த்தத்தில் எழுதியிருந்தால், அவர்கள் '*Gaa*னக் கருங்குயிலே' என்று பாடியிருப்பர் என்பது என் துணிபு.

38. இலக்கணம் மாறுதோ

படம்: சங்கமம்
பாடல்: வராக நதிக்கரை ஓரம்
எழுதியவர்: வைரமுத்து
இசை: ஏ. ஆர். ரஹ்மான்
பாடியவர்: ஷங்கர் மகாதேவன்

பஞ்ச வர்ணக் கிளி நீ, பறந்தபின்னாலும்
அஞ்சு வர்ணம் நெஞ்சில் இருக்கு!

தமிழில் அடிப்படை எண்களைக் குறிப்பிடும் சொற்கள், சின்னக் குழந்தைக்கும் தெரியும்: ஒன்று, இரண்டு, மூன்று, நான்கு, ஐந்து, ஆறு, ஏழு, எட்டு, ஒன்பது மற்றும் பத்து.

ஆனால் இவற்றை உச்சரிக்கும்போது நாம் பல மாற்றங்களைச் செய்கிறோம். 'ஒன்று' என்பது 'ஒண்ணு' ஆகிறது, 'இரண்டு' என்பது 'ரெண்டு' ஆகிறது, இப்படியே மூணு, நாலு, அஞ்சு, ஒம்பது என ஆறு எண்கள் எழுத்திலிருந்து மாறுபடுகின்றன.

மற்றதெல்லாம்கூடப் பரவாயில்லை ஐ.ந்.து என்ற சொல் எப்படி அ.ஞ்.சு என்று மாறுகிறது? இந்த இரு சொற்களுக்கும் கொஞ்சம்கூடச் சம்பந்தம் இல்லையே, 'ஐ'க்குப் பதில் 'அ',

'ந்'க்குப் பதில் 'ஞ்', 'து'க்குப் பதில் 'சு' என மூன்று எழுத்துகளும் மாறிவிட்டனவே, இது என்ன நியாயம்?

இப்படி ஓர் எழுத்து இருக்கவேண்டிய இடத்தில் இன்னோர் எழுத்து தோன்றுவதைத் தமிழில் 'போலி' என்பார்கள். உதாரணமாக, 'உரம்' என்பதை 'உரன்' என்று எழுதுவார்கள், 'மனம்' என்பதை 'மனது', 'மனசு' என்று எழுதுவார்கள்.

இதுபோல் ஓர் எழுத்து இப்படி அப்படி மாறினால் பரவாயில்லை, இருக்கிற மூன்று எழுத்துகளுமே மாறினால்?

அதற்கும் இலக்கணப் பெயர் உண்டு, 'முற்றுப் போலி', அதாவது ஒரு சொல்லில் இருக்கும் அனைத்து எழுத்துகளும் முழுமையாக மாறி, போலி வடிவம் நிலை பெற்றுவிடுவது. 'ஐந்து' என்பது 'அஞ்சு' என மாறுவதுபோல.

சரி, இதற்கெல்லாம் ஏதாவது சூத்திரங்கள் உண்டா? அல்லது இஷ்டம்போல் மாற்றலாமா?

தமிழில் எல்லாவற்றுக்கும் தெளிவான வரையறைகள் உண்டு. பிழையைக்கூட இப்படிதான் செய்யவேண்டும் என்று வகுத்துவைத்திருக்கிறார்கள் நம் முன்னோர்.

உதாரணமாக, 'ஐந்து' என்ற சொல்லையே எடுத்துக்கொள்வோம். மூன்று சூத்திரங்களின் அடிப்படையில் அது 'அஞ்சு' என எப்படி மாறுகிறது என்று பார்ப்போம்.

Rule 1 : தகரமும் சகரமும் ஒன்றுக்கொன்று போலியாக வரும்

இதன்படி, ஐந்து என்ற சொல்லில் 3வதாக வரும் 'து' என்ற எழுத்து மாறி, 'சு' என ஆகிறது, 'ஐந்சு'.

Rule 2 : நன்னூல் சூத்திரம், 'ஐகான் யவ்வழி நவ்வொடு சில்வழி ஞஃகான் உறழும் என்மரும் உளரே', அதாவது, ஐ என்ற எழுத்தைத் தொடர்ந்து 'ந்'கர எழுத்து வந்தால், அது 'ஞ்'கரமாக மாறும்

இதன்படி, ‘ஐந்சு’ என்ற சொல்லில் ‘ஐ’யைத் தொடர்ந்து 2வதாக வரும் ‘ந்’ என்ற எழுத்து மாறி, ‘ஞ்’ என ஆகிறது, ‘ஐஞ்சு’.

Rule 3 : அதே நன்னூலில் வேறொரு சூத்திரம், ‘அ ஐ முதல் இடை ஒக்கும் ச ஞ ய முன்’, அதாவது ச, ஞ, ய என்ற எழுத்துக் குடும்பங்களுக்கு முன்னால் அ அல்லது ஐ வந்தால், அவை மாறித் தோன்றும், அதாவது, ‘அ’ என்பது ‘ஐ’ ஆகும், ‘ஐ’ என்பது ‘அ’ ஆகும்

இதன்படி, ‘ஐஞ்சு’ என்ற சொல்லின் முதலில் வரும் ‘ஐ’, அடுத்து வரும் ‘ஞ்’ காரணமாக, ‘அ’ என மாறுகிறது, ‘அஞ்சு’.

ஆக, ‘ஐந்து’ போச்சு *(இலக்கண முறைப்படி)* ’அஞ்சு’ வந்தது டும் டும் டும்!

39. சலாம் குலாமு!

படம்: பிரியமுடன்
பாடல்: ஆகாசவாணி, நீயே என் ராணி
எழுதியவர்: அறிவுமதி
இசை: தேவா
பாடியவர்: ஹரிஹரன்

நிலா, நிலா, என் கூட வா!
சலாம், சலாம், நான் போடவா?
சதா, சதா, உன் ஞாபகம்,
சுகம், சுகம், என் நெஞ்சிலே!

தமிழில் எத்தனையோ பாடலாசிரியர்கள் உண்டு. ஆனால் அறிவுமதிக்கு ஒரு சிறப்பு, தமிழோடு ஆங்கிலத்தைக் கலந்து கட்டிய பாடல் வரிகள்தான் 'ஹிட்'டாகும் என்கிற சூழலில், 'நான் ஆங்கில வார்த்தைகளைச் சேர்த்துப் பாடல் எழுதமாட்டேன்' என்று தைரியமாக அறிவித்தவர். அதனால் அவருக்கு வாய்ப்புகள் குறைந்தபோதும் அவர் சளைக்கவில்லை, இன்றுவரை மிக நல்ல தமிழ்ப் பாடல்களை மட்டுமே எழுதியவர் என்கிற தனிப் பெருமையும் மரியாதையும் அவருக்கு உண்டு.

அதனால்தான், இந்த ‘ஆகாசவாணி’ பாடல் அறிவுமதி எழுதியது என்று ஒரு நண்பர் சொல்லக் கேட்டபோது, என்னால் சட்டென்று நம்பமுடியவில்லை. காரணம், ‘ஆகாசவாணி’ என்பதே வடமொழிச் சொல் என்பது ஒருபக்கமிருக்க, பாடலின் நடுவில் ‘நிலா’வுக்கு எதுகையாக ‘சலாம்’ என்கிற உருதுச் சொல்லைப் பயன்படுத்தியிருப்பார் கவிஞர்.

அறிவுமதி ஏன் அப்படிச் செய்யவேண்டும்? ‘நிலா’வுக்கு இணையான நல்ல தமிழ்ச் சொற்களா இல்லை?

‘சலாம்’ என்பது வேற்றுமொழிச் சொல்தான். ஆனால், தமிழ் இலக்கியத்தில் அதற்கு இடம் ஏற்கெனவே உண்டு. அதை ஏற்படுத்தித் தந்தவர், திருப்புகழ் தந்த சந்தக் கவி அருணகிரிநாதர்.

‘அவா மருவு’ என்று தொடங்கும் அந்தத் திருப்புகழ் பாடலின் நிறைவு வரிகள் இவை:

சுராதிபதி, மால், அயனொடு மாலும் சலாம் இடு

சுவாமிமலை வாழும் பெருமாளே!

‘அசுரர்’ என்றால் நமக்கு அர்த்தம் தெரியும், அதற்கு எதிர்ப்பதம் சுரர் (அநியாயம், நியாயம்போல), அதாவது, தேவர்கள், அவர்களுடைய அதிபதி (தலைவன்) தேவேந்திரன், மால் என்றால் திருமால், அயன் என்றால் பிரம்மா, இவர்கள் எல்லாரும் சேர்ந்து, சுவாமிமலையில் வாழும் முருகனை வணங்குகிறார்கள், அதாவது, அவனுக்குச் ’சலாம் போடு’கிறார்கள் என்று அருணகிரிநாதர் எழுதுகிறார்.

திருப்புகழில் வந்த ‘சலாம்’, அறிவுமதியால் கொஞ்சம் திரைப்புகழும் பெற்றாலென்ன? தப்பில்லை!

40. மறைந்திருந்தே பார்க்கும் மர்மம் என்ன?

படம்: ரிக்‌ஷாக்காரன்
பாடல்: அழகிய தமிழ் மகள் இவள்
எழுதியவர்: வாலி
இசை: எம். எஸ். விஸ்வநாதன்
பாடியவர்கள்: டி. எம். சௌந்தர்ராஜன், பி. சுசீலா

பாலில் விழும் பழம் எனும், போதை பெறும் இளம் மனம்,
அள்ளத்தான், அள்ளிக் கொள்ளத்தான்!
காதல் நிலா முகம் முகம், கண்ணில் உலா வரும் வரும்,
மெல்லத்தான், நெஞ்சைக் கிள்ளத்தான்!

இந்த வரிகளில் 'நிலா முகம்' என்று படித்தவுடன், 'நிலாவைப் போன்ற முகம்' என்று நாம் புரிந்துகொள்கிறோம், வேறொரு பாடலில் 'பட்டுக் கன்னம்' என்று வருகிறது, உடனே 'பட்டுப் போன்ற மென்மையான கன்னம்' என்று நாம் கோடிட்ட இடங்களை நிரப்பிவிடுகிறோம்.

அந்தக் கோட்டுக்கு ஓர் இலக்கணப் பெயர் இருக்கிறது, 'தொகை'.

இங்கே 'தொகை' என்றால் நூற்று எழுபத்தேழு ரூபாய் அறுபது

பைசா அல்ல. தொக்கி நிற்பது, அதாவது ஒளிந்து நிற்பது என்று பொருள்.

உதாரணமாக, ‘அண்ணன் தம்பி’ என்று சொன்னால், அது ‘அண்ணனும் தம்பியும்’ என்று விரியும், ஆக, ‘உம்’ என்கிற பதம் நடுவில் ஒளிந்திருக்கிறது, இது ‘உம்மைத் தொகை’.

அதுபோல, ‘நிலா முகம்’, ‘பட்டுக் கன்னம்’, ‘மான் விழி’, ‘தேன் மொழி’, ‘முத்துப் பல்’ எல்லாம் ‘உவமைத் தொகை’.

பொதுவாக உவமையில் 4 விஷயங்கள் இடம்பெறும்:

★ உவமேயம்

★ உவமை

★ ஒற்றுமை

★ உவம உருபு

உவமேயம் என்பதுதான், நிஜமான பொருள், அதற்கு இன்னொன்றை உவமையாகச் சொல்கிறோம். இந்த உவமைக்கும் உவமேயத்துக்கும் ஓர் ஒற்றுமை இருக்கவேண்டும், அதைக் குறிப்பிடுவதற்கு வரும் கூடுதல் சொல் ‘உவம உருபு’.

‘கிர்’ரென்று இருக்கிறதா? ஒரு சின்ன உதாரணம் சேர்த்தால் புரிந்துவிடும். மிஸ்டர் *X*ஐப் பார்த்து மிஸ்டர் *Y* சொல்கிறார், ‘நீ பெரிய வீரன், நெப்போலியன்போல!’

இங்கே *X* என்பவர்தான் பொருள், அதாவது உவமேயம், நெப்போலியன் என்பது அவருக்கு உவமை, வீரம் என்பது ஒற்றுமை, ‘போல’ என்பதுதான் உவம உருபு.

இதே உதாரணத்தை ‘நிலா முகம்’க்குக் கொண்டுவருவோம்:

★ உவமேயம் : முகம்

★ உவமை : நிலா

★ ஒற்றுமை : வட்ட வடிவம் (அல்லது) வெளிச்சம் (அல்லது) வேறு ஏதோ

★ உவம உருபு : ??

இந்தச் சொல்லின் பொருள் 'நிலா போன்ற முகம்', ஆனால் அதைச் சொல்லும்போது 'போன்ற' என்ற உவம உருபு மறைந்து நிற்கிறது, ஆகவே இதை 'உவமைத் தொகை' என்பார்கள்.

இதுபோல் உவமைகளாகக் கொட்டிப் பாட்டு எழுதி முடித்தபின், அந்தக் கவிஞர் *Cheque* வாங்குவாரில்லையா, அதுவும் 'உவமைத் தொகை'தான் :>)

41. மார்பெழுத்து

படம்: முதல்வன்
பாடல்: முதல்வனே, என்னைக் கண் பாராய்
எழுதியவர்: வைரமுத்து
இசை: ஏ. ஆர். ரஹ்மான்
பாடியவர்கள்: ஷங்கர் மகாதேவன், எஸ். ஜானகி

கொஞ்ச நேரம் ஒதுக்கி, கூந்தல் ஒதுக்கி,
குறிப்பு எழுதுங்கள் எந்தன் தோளில்!
பீலி ஒன்றை எடுத்து, தேனில் நனைத்து,
கையொப்பம் இடுவேன் உந்தன் மார்பில்!

முதலமைச்சரைக் காதலிக்கும் ஒரு பெண் அவனுடைய நேரத்தை வேண்டிப் பாடுவதாக அமைந்த பாடல் இது. அதற்கு ஏற்ப முதல்வர், அமைச்சர், அதிகாரி, அரசாங்க அலுவலகம் சார்ந்த *administration, hierarchy, bureaucracy, red tapism* வார்த்தைகளாகத் தேடித் தொகுத்து, அதேசமயம் இதனை ஒரு ரசமான காதல் பாடலாகவும் தந்திருப்பார் வைரமுத்து. உதாரணமாக: கொடியேற்றம், பஞ்சம், நிவாரணம், நேரம் ஒதுக்குதல், குறிப்பு எழுதுதல், கையொப்பம், நிதி ஒதுக்குதல், திறப்பு விழா, ஊரடங்கு, வரிகள், நகர்வலம்...

இதற்கெல்லாம் நடுவில், நம்முடைய தினசரிப் பேச்சிலும், சினிமாப் பாடல்களிலும்கூட அதிகம் பயன்படாத ஒரு வார்த்தை, 'பீலி'.

இந்த வார்த்தையைக் கேட்டதும், பள்ளியில் படித்த ஒரு திருக்குறள் ஞாபகம் வரும், 'பீலிபெய் சாகாடும் அச்சு இறும், அப்பண்டம் சால மிகுத்துப் பெயின்'. இதற்குப் பொதுவாகச் சொல்லப்படும் பொருள், என்னதான் லேசான மயில் இறகு என்றாலும், அதை *Overload* செய்யக்கூடாது, அப்படிச் செய்தால் வண்டி உடைந்துவிடும்.

ஆக, பீலி என்றால் மயில் இறகு?

'பீலி சிவம்' என்று ஒரு பிரபலமான நடிகர் பெயரைக் கேள்விப்பட்டிருக்கிறோம். கண்ணன் தலையில் மயில் இறகு உண்டு, சிவனுக்கும் பீலிக்கும் என்ன சம்பந்தம்?

எனக்குத் தெரியவில்லை, ஓர் ஊகத்தைச் சொல்கிறேன், கோவையாக வருகிறதா என்று பாருங்கள்!

கந்த புராணத்தில் 'குரண்டாசுரன்' என்று ஓர் அசுரன், கொக்கு வடிவத்தில் திரிந்தவன், அவனை வீழ்த்தினார் சிவன், அந்த வெற்றிக்கு அடையாளமாக, அந்தக் கொக்கின் சிறகைத் தலையில் சூடிக்கொண்டார். இதைப் போற்றிப் பாடும் மாணிக்கவாசகரின் பாடல் வரி, 'குலம் பாடி, கொக்கு இறகும் பாடி, கோல் வளையாள் நலம் பாடி...'

சிவனுக்குப் 'பிஞ்ஞகன்' என்று ஒரு பெயர் உண்டு. இதற்குப் 'பீலி அணிந்தவன்' என்று அர்த்தம் சொல்கிறார்கள். இதுதான் 'பீலி சிவம்' என்று மாறியிருக்குமோ?

எனக்குத் தெரிந்து சிவன் மயில் இறகை அணியவில்லை, கொக்கின் இறகைதான் அணிந்தார். அப்படியானால் 'பீலி' என்பது மயிலிறகா, அல்லது வெறும் இறகா?

பெரிய புராணத்தில் ஒரு பாடலில் 'மயில் பீலி' என்று ஒரு

வார்த்தை வருகிறது. ஒருவேளை 'பீலி' என்பதே மயிலிறகாக இருந்தால், 'மயில் பீலி' என்று தனியே குறிப்பிடவேண்டிய அவசியம் இல்லையே!

மேலே நாம் பார்த்த திருக்குறளில்கூட, மயிலுக்கு வேலையே இல்லை, இறகு என்று பொருள் கொண்டாலே அதன் அர்த்தம் கச்சிதமாகப் பொருந்துகிறது.

ஆக, 'பீலி' = இறகு என்பது என் கணிப்பு. உங்கள் கருத்துகளைச் சொல்லுங்கள்!

அது நிற்க. சொல் ஆராய்ச்சி நிறைய செய்தாகிவிட்டது, கொஞ்சம் ஜொள் ஆராய்ச்சியும் செய்வோம்.

இந்தப் பாடலில் வரும் முதல்வர் பீலியை எடுத்து (அதாவது, இறகுப் பேனாவை எடுத்து) தேனில் நனைத்து, காதலியின் மார்பில் கையொப்பம் இடுகிறார். இதென்ன விநோதப் பழக்கம்?

இன்றைக்குப் பெண்கள் கையிலும் தோளிலும் காலிலும் மருதாணி அணிவதுபோல், அன்றைக்குத் தங்களின் மார்பில்கூட சந்தனத்தால் பலவிதமான பூ அலங்காரங்களை வரைந்துகொள்வார்கள். ஒருவிதமான மேக்கப். அதன் பெயர் 'தொய்யில்'.

அதைத்தான் இந்த முதல்வர் சுட்டிக்காட்டுகிறார், 'பெண்ணே, உன் மார்பில் சந்தனத்தால் பூ அலங்காரமெல்லாம் எதற்கு? தேனைத் தொட்டு என் கையெழுத்தைப் போடுகிறேன்.'

42. கண்ணாலே பேசிப் பேசி...

படம்: சூரியன்
பாடல்: பதினெட்டு வயது
எழுதியவர்: வாலி
இசை: தேவா
பாடியவர்கள்: எஸ். பி. பாலசுப்ரமணியம், எஸ். ஜானகி

கங்கை போலே, காவிரி போலே,
ஆசைகள் ஊறாதா!
சின்னப் பொண்ணு, செவ்வரிக் கண்ணு,
ஜாடையில் கூறாதா!

'செவ்வரி'க் கண் என்றால், சம்பந்தப்பட்ட நபருடைய விழியின் வெள்ளைப் பகுதியில் சிவந்த வரிகள் ஓடுகின்றன என்று அர்த்தம். அது ஒரு தனி அழகாகச் சிறப்பித்துக் கூறப்படுகிறது.

உதாரணமாக மகாகவி பாரதியாரைப்பற்றி வ.ரா. வர்ணித்துக் கூறும் வரிகள், 'பாரதியாரின் கண்கள் செவ்வரி படர்ந்த செந்தாமரைக் கண்கள். இமைகளின் நடுவே, அக்கினிப் பந்துகள் ஜொலிப்பனபோலப் பிரகாசத்துடன் விளங்கும். அந்தக் கண்களை எவ்வளவு நேரம் பார்த்துக்கொண்டிருந்தாலும் தெவிட்டாது.'

குறுந்தொகையில் ஒரு பாடல், 'இவள் அரி மதர் மழைக்கண்' என்று வர்ணிக்கும். இதன் பொருள், இந்தப் பெண்ணின் செவ்வரி படர்ந்த, மதர்ப்பான, குளிர்ச்சியான கண்கள்.

கடவுளுக்குக்கூட செவ்வரி படர்ந்த கண்கள் இருப்பது தனி அழகு. பொய்கையாழ்வார் திருமாலைப்பற்றிப் பேசும்போது, 'திறம்பாதென் நெஞ்சமே, செங்கண்மால் கண்டாய்' என்கிறார். இங்கே 'செங்கண்' என்பது, கோபத்தாலோ ராத்திரி சரியாகத் தூங்காததாலோ சிவந்த கண்கள் அல்ல, செவ்வரி ஓடியதால் இயற்கையாகச் சிவந்த கண்கள் என்று கொள்வதே சிறப்பு.

அப்படிப்பட்ட செவ்வரிகளைக் கொண்ட இந்தப் பெண்ணின் கண் ஜாடை, தன்னுடைய ஆசைகளை மறைக்காமல் சொல்லிவிடும், டேய் ஆடவா, அதைப் புரிந்துகொண்டு இவளோடு ஆட வா என்கிறார் வாலி.

கிட்டத்தட்ட இதேமாதிரி ஒரு பாடலை 'கண்ணதாசன் திரைப் பாடல்கள்' தொகுப்பில் நேற்று வாசித்தேன், 'பெண்ணுக்கு ரகசியம் ஏது? தலைப் பின்னலும் பேசிடும்போது!'

பொதுவாகப் பெண்களிடம் ரகசியம் தங்காது என்று சொல்வார்கள், அவர்கள் வாயைத் திறந்து சொல்லாவிட்டாலும், தங்களுடைய தலைப் பின்னலைத் தூக்கிப் போடுகிற விதத்தில்கூட விஷயம் வெளிவந்துவிடும், எதிரில் உள்ளவருக்கு அதைப் 'படிக்க'த் தெரிந்திருக்கவேண்டும்.

ஆக, *Body Language, Face Language*போல், பெண்கள் மொழி *Eye Language, Hair Language* என்று பலவிதமாக நீளும். படித்துப் புரிந்துகொள்வது ஆண்களின் சமர்த்து!

43. சீவாத நொங்கே!

படம்: சின்னக் கவுண்டர்
பாடல்: சுட்டி சுட்டி
எழுதியவர்: ஆர். வி. உதயகுமார்
இசை: இளையராஜா
பாடியவர்: மலேசியா வாசுதேவன்

போனாப் போகட்டும் ஒரு பொம்பளையின்னு பாத்தா, நீ
ஊரை ஏய்க்கப் பார்ப்பதென்னடி!
வீணா வரிஞ்சு கட்டி வம்பிழுத்ததாலே, இப்ப
மாட்டிக்கிட்டு முழிப்பதென்னடி!

புதிய தமிழ்க் கலாசாரத்தில் வேட்டியும் புடைவையும் இரண்டாம் நிலை உடைகளாகிவிட்டபோதும்கூட, அவற்றோடு தொடர்புடைய 'வரிஞ்சு கட்டி' என்ற சொற்றொடரை நாம் இப்போதும் சர்வ சாதாரணமாகப் பயன்படுத்துகிறோம், 'ஏதாவது ஒரு வம்புன்னா வரிஞ்சு கட்டிகிட்டு வந்துடுவீங்களே!'

'வரிஞ்சு கட்டுதல்' என்றால் என்ன அர்த்தம்?

முதலில், அது 'வரிஞ்சு' அல்ல, 'வரிந்து' என்று சொல்லவேண்டும். 'ஐந்து' என்கிற எண் பேச்சுவழக்கில் 'அஞ்சு' என்று போலியாக

மாறுகிறதல்லவா, கிட்டத்தட்ட அதே ஃபார்முலாவின்படி 'வரிந்து' என்பது 'வரிஞ்சு' என மாறிவிடுகிறது.

தமிழில் 'வரிதல்' என்றால், இறுக்கிக் கட்டுதல் என்று அர்த்தம், பொதுவாகப் போர் வீரர்களுடைய உடை அலங்காரத்துக்குப் பயன்படுத்தப்படும் வார்த்தை இது.

போருக்குச் செல்கிறவர்களுடைய ஆடைகள் தொளதொள என்று இருந்தால், கண்ட இடத்தில் மாட்டிக்கொள்ளும், அல்லது, எசகுபிசகான நேரத்தில் அவிழ்ந்துவிடும், அப்போது அவர்கள் மானம் காக்க வேட்டியைப் பிடிப்பார்களா, அல்லது வீரம் காக்க வில்லைப் பிடிப்பார்களா?

இந்தப் பிரச்னையைத் தவிர்ப்பதற்காகதான், போர் ஆடைகள் இறுகக் கட்டப்பட்டன. அதாவது, போருக்குச் செல்கிறவர்கள் ஆடைகளை வரிந்துகொண்டார்கள். சற்றே நீட்டி முழக்கிச் சொல்வதென்றால், வரிந்து கட்டிக்கொண்டார்கள்.

அதே பதத்தைதான் இன்றைக்கு நாம் பயன்படுத்துகிறோம், 'வரிஞ்சு கட்டிகிட்டுச் சண்டைக்கு வர்றான்.'

இதில் இன்னொரு சுவாரஸ்யமான கோணமும் உண்டு.

முன்பெல்லாம் உழவர்கள் தங்களுடைய விளைச்சலில் ஒரு குறிப்பிட்ட பகுதியை அரசாங்கத்துக்குச் செலுத்திவிடவேண்டும். ஆகவே, அறுவடை நடக்கும்போதே அரசுக்கு உரிய பகுதியை அவர்கள் தனியாக ஒரு சாக்கில் கட்டிக் கொடுத்துவிடுவார்கள்.

இந்த நேரத்தில், சாக்கின் நுனிப்பகுதி நன்றாக இறுகக் கட்டப்படும், அதாவது, வரிந்து கட்டப்படும். இதிலிருந்துதான் 'வரி கட்டுதல்' என்ற வார்த்தை வந்ததாகச் சொல்கிறார்கள். பின்னர் அது பல வடிவங்களை எடுத்து இப்போது நமக்கு 'வருமான வரி'யாக நிற்கிறது.

இப்போதும், 'வரியே கூடாது சார்' என்று வரிந்து கட்டுகிறவர்கள் உளர்.

44. வாய்யா, மின்னல்!

படம்: வெள்ளை ரோஜா
பாடல்: சோலைப் பூவில் மாலைத் தென்றல்
எழுதியவர்: முத்துலிங்கம்
இசை: இளையராஜா
பாடியவர்கள்: எஸ். பி. பாலசுப்ரமணியம், எஸ். ஜானகி

மேகத்துக்குள் மின்னல்போலே நின்றாயே,
மின்னல் தேடும் தாழம்பூவாய் நானும் வந்தேனே!
தாகம் தீர்க்கும் தண்ணீர்போலே நீயும் வந்தாயே,
தாவிப் பாயும் மீனைப்போலே நானும் ஆனேனே!

இங்கே தரப்பட்டிருக்கும் நான்கு வரிகளில், முதல் இரண்டு பெண் பாடுவது, அடுத்த இரண்டு ஆண் பாடுவது.

வழக்கம்போல், ஆண் பேசுவதைப் புரிந்துகொள்வது சுலபம்: தண்ணீராக அவள் வந்தாள், மீனாக இவன் நின்றான், தண்ணீர் இன்றி மீன் வாழாது, அதுபோல அவள் இன்றி இவன் வாழமுடியாது!

ஆனால், அந்தப் பெண்ணின் குரலில் ஒரு சின்னக் குழப்பம், மின்னலாக அவன் வந்தான் என்கிறாள் இவள், கூடவே,

'தாழம்பூவாக நான் ஆனேன்' என்கிறாள். இரண்டுக்கும் என்ன சம்பந்தம்?

இந்தப் புதிருக்கு விடை, கச்சியப்ப முனிவர் எழுதிய 'தணிகைப் புராணம்' என்ற நூலில் இருக்கிறது. 'தடித்து எழுந்தொறும் தாழை பூப்பன.'

'தடித்து' என்றால் மின்னல், வானில் மின்னல் தோன்றும்போது, மொட்டாக இருக்கும் தாழை பூக்கும்!

அதாவது, சூரியனைப் பார்த்தவுடன் தாமரை மலரும், சந்திரனைப் பார்த்தவுடன் அல்லி மலரும் என்பதுபோல, மின்னலைப் பார்த்தவுடன் தாழம்பூ மலரும். அந்தச் செய்தியை இந்தப் பாடலில் முத்துலிங்கம் பயன்படுத்தியிருக்கிறார்.

'காதலா, மலர்வதற்காக மின்னலைத் தேடுகிற தாழம்பூவைப்போல நான் காத்திருந்தேன், ஆனால் நீயோ, மேகத்துக்குள் ஒளிந்து நின்றாய், இப்போது இங்கே என்முன்னே தோன்றினாய், உன்னைப் பார்த்ததும் நான் மலர்ந்துவிட்டேன், நீதான் என் மின்னல்!' என்கிறாள் அவள்!

45. குற்று

படம்: அன்னக்கிளி
பாடல்: சுத்த சம்பா, பச்ச நெல்லு
எழுதியவர்: பஞ்சு அருணாசலம்
இசை: இளையராஜா
பாடியவர்: எஸ். ஜானகி

சுத்த சம்பா, பச்ச நெல்லு குத்தத்தான் வேணும்,
முத்து முத்தா பச்சரிசி அள்ளத்தான் வேணும்,
முல்லை, வெள்ளிபோல அன்னம் பொங்கத்தான் வேணும்,
நம்ம வீட்டுக் கல்யாணம், இது நம்ம வீட்டுக் கல்யாணம்!

'நெல்லுக் குத்துதல்' என்ற பதம், 'நெல்லை உரலில் போட்டு உலக்கையால் குத்தி, உமி தனியாக, அரிசி தனியாகப் பிரித்தெடுப்பது' என்று நீளும். கிராமத்தில் வளர்ந்தவர்கள் இதை நேரில் பார்த்திருப்பர், மற்றவர்கள் சினிமாவில் பார்த்திருப்பர், அல்லது கேட்டிருப்பர்.

சாதாரணமாக நாம் ஒரு பொருளைக் கீழே போட்டு, உலக்கை மாதிரி ஒரு கனமான பொருளை அதன்மீது வைத்துக் குத்தினால் என்ன ஆகும்?

கீழே உள்ள பொருள் நசுங்கிப்போகும், அல்லது சிதைந்துபோகும்.

ஆனால், நெல் குத்தும்போது மட்டும் அப்படி நிகழ்வதில்லை, நெல் சிதையாதபடி, இடிந்து மாவாக மாறிவிடாதபடி உமியைமட்டும் பிரித்தெடுப்பது ஒரு கலை.

தன்னுடைய குட்டியைக் கவ்வித் தூக்கும் குரங்கு, அதைக் கடித்துக் காயப்படுத்திவிடாது, அதேசமயம் ரொம்ப லேசாகப் பிடித்து அதை நழுவவும் விடாது. சரியான அந்தப் பக்குவம், தாய்க் குரங்குக்குத் தெரியும். உலக்கையைக் கையில் பிடித்த பெண்களெல்லாம் அதில் விற்பன்னர்கள்!

'அரிசிக்கு உறை, உமி. அதுபோல, நம்முடைய ஆன்மாவையும் உமி மூடியிருக்கிறது' என்கிறார் ஆதி சங்கரர். இன்னும் சரியாகச் சொல்வதென்றால், உமி அல்ல, உமிகள்.

ஆதி சங்கரர் சொல்லும் அந்த ஐந்து உமிகள், அன்னமய கோசம், பிராணமய கோசம், மனோமய கோசம், விஞ்ஞானமய கோசம், ஆனந்தமய கோசம். ஒன்றுக்குள் ஒன்றாக அமைந்திருக்கும் இவற்றைப்பற்றி விரிவாகப் பேசுமளவு எனக்கு ஞானம் இல்லை, ஆகவே, 'ஆன்மா எனும் அரிசிக்கு வெளியே ஐந்து வகையான உமிகள்' என்கிற அந்த உவமையை ரசிப்பதோடு நிறுத்திக்கொள்கிறேன்.

நெல் அறுவடையானதும், அதை உரலில் போட்டுக் குத்துகிறோம், தேவையற்ற உமியை நீக்குகிறோம், தேவையான அரிசியை மட்டும் பிரித்து எடுத்துச் சமையலுக்குப் பயன்படுத்துகிறோம்.

அதுபோல, மேற்சொன்ன ஐந்து வகை உமிகள் இருக்கும்வரை ஆன்மாவால் எந்தப் பலனும் இல்லை. அதை எந்த உரலில் போட்டுக் குத்துவது?

யோகப் பயிற்சிகள், தியானப் பயிற்சிகள், ஆத்ம விசாரம் என்று ஆதி சங்கரர் பல வழிகளைச் சொல்கிறார். ஆனால் இவற்றையெல்லாம் மொத்தமாகப் போட்டு அடித்துவிட்டால் உமிகளோடு அரிசியும் சிதைந்துவிடும், நெல் குத்தும்

பெண்களைப்போலப் புத்திசாலித்தனமாக, சரியான வேகத்தில் இவற்றைப் பயன்படுத்தினால் உமிகள் பிரியும், சுத்தமான அரிசி (அதாவது ஆன்மா) வெளிப்படும்.

ஜாலியான கல்யாண விஷயத்தைப் பேச ஆரம்பித்து ரொம்ப 'ஹெவி'யாகிவிட்டது. கொஞ்சம் ரிலாக்ஸாக ஒரு மேட்டர், 'நெல் குத்துதல்' என்பது கொச்சை மொழி, அதற்கான சரியான வார்த்தை, 'நெல் குற்றுதல்' என்பதுதான். 'பற்ற வை' என்பது பேச்சுவழக்கில் 'பத்த வை' என்று மாறியதுபோல, 'நெல் குற்றுதல்' மாறி 'நெல் குத்துதல்' என்றாகிவிட்டது.

46. மெல்ல மெள்ள

படம்: சின்னப் பூவே மெல்லப் பேசு
பாடல்: சின்னப் பூவே மெல்லப் பேசு
எழுதியவர்: எஸ். ஏ. ராஜ்குமார்
இசை: எஸ். ஏ. ராஜ்குமார்
பாடியவர்: பி. ஜெயச்சந்திரன்

சின்னப் பூவே, மெல்லப் பேசு,
உந்தன் காதல், சொல்லிப் பாடு!
வண்ணப் பூ விழி பார்த்ததும் பூவினம் நாணுது,
காலடி ஓசையில் காவியம் தோணுது!

சின்னப் பூ மெல்லப் பேசுமா, மெள்ளப் பேசுமா? பேச்சுவழக்கில் இந்த ஒரு சொற்களையும் நாம் பயன்படுத்துகிறோம். எழுத்திலும் மெல்ல, மெள்ள என்று மாற்றி எழுதுபவர்கள் உண்டு. இவற்றுள் எது சரி?

இரண்டுமே சரிதான். எங்கே எந்த அர்த்தத்தில் பயன்படுத்துகிறோம் என்பதைப் பொறுத்து இவற்றுள் மிகச் சரியான சொல்லைத் தேர்ந்தெடுக்கவேண்டும்.

மெல்ல, மெள்ள இரண்டில் ஒன்றுக்கு மென்மையாக என்று அர்த்தம், இன்னொன்றுக்கு மெதுவாக என்று அர்த்தம். எதற்கு எது என்று புரிந்துகொண்டுவிட்டால் அதன்பிறகு குழப்பமே வராது.

ஒரு பிரபலமான திருக்குறள், பின்னர் கண்ணதாசன் உபயத்தில் சினிமாப் பாடலாகவும் வந்தது:

யான்நோக்குங் காலை நிலன்நோக்கும், நோக்காக்கால்

தான்நோக்கி மெல்ல நகும்

இதன் அர்த்தம், 'நான் அவளைப் பார்த்தால், அவள் தரையைப் பார்க்கிறாள், நான் வேறு எங்கேயாவது பார்த்துக்கொண்டிருக்கும்போது, என்னைப் பார்க்கிறாள், தனக்குள் மெல்லச் சிரித்துக்கொள்கிறாள்.'

இங்கே 'மெல்ல'க்கு மென்மையாக என்று அர்த்தமா? அல்லது, மெதுவாக என்று அர்த்தமா?

அந்தப் பெண் அவனை நேருக்கு நேர் பார்க்க நாணுகிறாள், இப்போது அவன் எங்கேயோ பார்த்துக்கொண்டிருப்பதால், கொஞ்சம் தைரியம் வந்து அவனை ஓரக்கண்ணால் பார்க்கிறாள்.

அப்போதும், 'இவன் சட்டென்று திரும்பி நம்மை நேருக்கு நேர் பார்த்துவிடுவானோ' என்கிற அச்சம் அவளுக்குள் இருக்கும், அந்த நேரத்தில் ஃபோட்டோவுக்கு போஸ் கொடுப்பதுபோல் மெதுவாகச் சிரித்துக்கொண்டிருப்பாளா?

ஆக, இங்கே அவள் மெதுவாகச் சிரிக்கவில்லை, 'புன்சிரிப்பு' என்பதுபோல் மென்மையாகச் சிரிக்கிறாள். பின்னர் சட்டென்று மீண்டும் அப்பாவியாக முகத்தை வைத்துக்கொள்கிறாள். அதைக் குறிப்பிடும்வகையில் திருவள்ளுவர் 'மெல்ல' என்ற வார்த்தையைப் பயன்படுத்துகிறார்.

அடுத்து, கம்ப ராமாயணத்திலிருந்து ஒரு மிக அழகான வர்ணனைப் பாடல்:

மழைபடப் போதுளிய மருதத் தாமரை
தழைபடப் பேர் இலைப் புரையில் தங்குவ,
விழைபடு பெடையொடும் மெள்ள நள்ளிகள்
புழை அடைத்து ஒதுங்கின வச்சை மாக்கள்போல்!

மருத (விவசாய) நிலம், அதில் மழை பெய்கிறது, அதனால் தாமரை செழித்து வளர்ந்திருக்கிறது. அந்தப் பெரிய தாமரைகளின் இலைக்குக் கீழே, நண்டுகள் ஜோடியாகத் தங்கியிருக்கின்றன.

மழை அதிகரிக்க அதிகரிக்க, நண்டுகளால் அங்கே இருக்கமுடியவில்லை. தங்களுடைய வளைக்குள் செல்கின்றன.

ஒருவேளை, மழைத் தண்ணீர் அங்கேயும் வந்துவிட்டால்? குளிர் காலக் காதல் விளையாட்டுக்கு இடையூறாக இருக்குமே!

ஆகவே, நண்டுகள் தங்களுடைய வளையின் வாசலை மண்ணால் அடைத்து மூடிவிடுகின்றன.

இந்தக் காட்சியைப் பார்க்கும் கம்பர், அதற்கு ஓர் அட்டகாசமான உவமை சொல்கிறார், 'நண்டுகள் தங்கள் வளையின் வாசலை அடைத்தது எப்படி இருந்தது தெரியுமா? கஞ்சப் பயல்கள் தங்கள் வீட்டுக்கு யாரேனும் வந்துவிடுவார்களோ என்ற பயத்தில் வீட்டு வாசலை எப்போதும் மூடியே வைத்திருப்பார்கள், அதுபோல, இந்த நண்டுகளும் கதவைச் சாத்திக்கொண்டு வளைக்குள் ஒதுங்குகின்றன!'

பாட்டின் அழகு ஒருபுறமிருக்க, நாம் அந்த 'மெள்ள'வைக் கவனிப்போம். மெல்ல இல்லை, மெள்ள!

இங்கே 'மெள்ள'க்கு மென்மையாக என்ற அர்த்தம் இருக்க வாய்ப்பு இல்லை. மழைத் தண்ணீர் உள்ளே வந்துவிடுமோ என்ற பயத்தில் பதற்றத்துடன்தான் நண்டு வளையின் வாசலை அடைக்கப் பார்க்கும், மென்மையாக அல்ல.

ஆனால், நண்டுக்குச் சின்னக் கை(கால்?)தானே உண்டு. அதில் மண்ணை அள்ளி அள்ளி அடைக்க நெடுநேரம் ஆகும். அதனால்தான் 'மெள்ள', அதாவது மெதுவாக என்ற வார்த்தையைப் பயன்படுத்துகிறார் கம்பர்.

ஆக, 'மெல்ல' என்பதன் வேர்ச்சொல் 'மெல்', 'மென்மை', *doing*

something softly, ஆனால் ‘மெள்ள’ என்பது, மெதுவாக, *doing something slowly,* இவை இரண்டும் ஒரேமாதிரி தோன்றினாலும் ஒன்றல்ல.

‘ஆஹா, மெல்ல நட, மெல்ல நட, மேனி என்னாகும்!’ என்றால், ‘மென்மையாக நட, அதிர்ந்து நடக்காதே’ என்று அர்த்தம். அதே இடத்தில் ‘மெள்ள நட’ என்றால், ‘உனக்கு என்ன அவசரம்? மெதுவாக நடந்து வா, இன்னும் நிறைய நேரம் இருக்கிறது’ என்று அர்த்தம்.

இந்தக் கட்டுரையை நீங்கள் மெல்ல படித்தீர்களா? மெள்ள படித்தீர்களா?

47. சந்தோஷக் குப்பை

படம்: யூத்
பாடல்: சந்தோஷம், சந்தோஷம்
எழுதியவர்: வைரமுத்து
இசை: மணி ஷர்மா
பாடியவர்: எஸ். பி. பாலசுப்ரமணியம்

உள்ளம் என்பது, கவலைகள் நிரப்பும்
குப்பைத்தொட்டி இல்லை!
உள்ளம் என்பது பூந்தொட்டி ஆனால்
நாளை துன்பம் இல்லை!

நண்பர் மோகன கிருஷ்ணனுடன் நேற்று ஒரு சின்ன விவாதம். எழுத்தாளர் ஒருவருடைய படைப்புகளைக் 'குப்பை' என்று நான் விமர்சிக்க, அவர் செல்லமாகக் கோபித்துக்கொண்டார், 'எனக்கும் அவருடைய எழுத்துகள் பிடிக்காது, ஆனால் அதற்காக அவற்றைக் குப்பை என்று சொல்வது நியாயமில்லை!'

நானும் ஏட்டிக்குப் போட்டியாக அவருக்குப் பதில் சொன்னேன், 'எனக்குப் பிடிக்காததைக் குப்பை என்று சொல்லாமல் வேறு எப்படிச் சொல்வது?'

அதன்பிறகுதான் யோசித்தேன், தமிழில் 'குப்பை' என்பது உண்மையில் கேவலமான பொருளைக் கொண்ட வார்த்தை இல்லையே, அதன் அர்த்தம் 'குவியல்'தானே?

உதாரணமாக, 'அழகின் சிரிப்பு' நூலில் பாரதிதாசனின் வர்ணனை ஒன்று இப்படிச் செல்கிறது:

அருவிகள், வைரத் தொங்கல்!
அடர்கொடி, பச்சைப் பட்டே!
குருவிகள், தங்கக் கட்டி!
குளிர்மலர், மணியின் குப்பை!
எருதின்மேல் பாயும் வேங்கை
நிலவுமேல் எழுந்த மின்னல்,
சருகெலாம் ஒளிசேர் தங்கத்
தகடுகள் பாரடா நீ!

இங்கே 'மணியின் குப்பை' என்றால், விலைமதிக்கமுடியாத மணிகள் நிறைந்த குவியல் என்று அர்த்தம், மலர்க் குவியலை மணிக் குவியலுக்கு ஒப்பிடுகிறார் பாரதிதாசன்.

கம்ப ராமாயணத்தில் தொடங்கி இப்படி நிறைய உதாரணங்கள் காட்டமுடியும், 'குப்பை' என்ற சொல்லுக்குப் பொருள், குவியல், செல்வக் குப்பை, ரத்தினக் குப்பை, காய்கறிக் குப்பை, நெல் குப்பை, மலர்க் குப்பை...

ஆனால் இன்று நாம் 'குப்பை' என்றாலே வீசி எறியப்படவேண்டிய, பயனற்ற ஒன்று என்ற அர்த்தத்தில்தான் பயன்படுத்துகிறோம், 'உப்பில்லாப் பண்டம் குப்பையிலே' என்று பழமொழிகூட இருக்கிறது.

அது சரி, 'இவர் முப்பது வருஷமா இந்தக் கம்பெனியில குப்பை கொட்டியிருக்கார்' என்பதுபோன்ற வாசகங்களின் அர்த்தம் என்னவாக இருக்கும்? குப்பைக்கு இழிவான பொருள் இருந்தால், இந்த இடத்தில் பொருந்தாதே, முப்பது வருஷமாக இவர் செய்ததெல்லாம் வீண் என்ற அர்த்தம் வந்துவிடுமே!

வயலில் வேலை செய்கிறவர்கள் பயிரை (அதாவது, விளைச்சலின் பலனை) அறுவடை செய்து ஓரமாகக் குவிப்பார்கள், அதாவது, கொட்டிக் குப்பையாக்குவார்கள். அதுபோல, இந்த அலுவலகத்தில் அவர் முப்பது வருடங்களாகப் பல நல்ல பணிகளைச் செய்து குவித்திருக்கிறார், குப்பை கொட்டியிருக்கிறார்!

முக்கியமான குறிப்பு, இது அகராதிப் பொருள் அல்ல, என்னுடைய சுவாரஸ்யமான ஊகம் மட்டுமே, உங்களுடைய கருத்துகளை எதிர்பார்க்கிறேன்!

48. பதினாறும் பெருகப் பெறுக!

படம்: நினைத்ததை முடிப்பவன்
பாடல்: பூ மழை தூவி வசந்தங்கள் வாழ்த்த
எழுதியவர்: புலமைப்பித்தன்
இசை: எம். எஸ். விஸ்வநாதன்
பாடியவர்: டி. எம். சௌந்தர்ராஜன்

ஒரு பதினாறும் தான் பெற்று நீ வாழ,
அதைப் பார்க்கின்ற என் உள்ளம் தாயாக!

மிகப் பிரபலமான திருமண வாழ்த்து இது, 'பதினாறும் பெற்றுப் பெருவாழ்வு வாழ்க!'

அதென்ன பதினாறு? நிச்சயம் பதினாறு குழந்தைகளைப் பெறுவதாக இருக்கமுடியாது, பதினாறு வகைச் செல்வங்களை அடைதல் என்பதுதான் சரியான விளக்கம் என்று எல்லாருக்கும் தெரியும்.

ஆனால், அந்தப் பதினாறு செல்வங்கள் எவை என்பது தெரியுமா? அப்படியே தெரிந்தாலும், அவற்றை நினைவில் வைத்துக்கொள்வது எப்படி?

பிரச்னையில்லை, அபிராமி பட்டர் எழுதிய 'திருக்கடவூர் அபிராமியம்மை பதிகம்' என்ற நூலில் அந்தப் பதினாறு செல்வங்களும் ஒரே பாடலில் தரப்பட்டுள்ளன. அதைப் படித்துத் தெரிந்துகொண்டால், அடுத்தமுறை இப்படி வாழ்த்தும்போது அர்த்தம் புரிந்து சொல்லலாம்:

கலையாத கல்வியும், குறையாத வயதும், ஓர் கபடு வாராத நட்பும்,
கன்றாத வளமையும், குன்றாத இளமையும், கழுபிணி இலாத உடலும்,
சலியாத மனமும், அன்பு அகலாத மனைவியும், தவறாத சந்தானமும்,
தாழாத கீர்த்தியும், மாறாத வார்த்தையும், தடைகள் வாராத கொடையும்,
தொலையாத நிதியமும், கோணாத கோலும், ஒரு துன்பம் இல்லாத வாழ்வும்
துய்ய நின் பாதத்தில் அன்பும் உதவிப் பெரிய
தொண்டரொடு கூட்டு கண்டாய்,
அலை ஆழி அறிதுயிலும் மாயனது தங்கையே, ஆதி கடவூரின் வாழ்வே,
அமுத ஈசர் ஒரு பாகம் அகலாத சுக பாணி அருள்வாய் அபிராமியே!

அபிராமி அன்னையே, அலைகடலில் உறங்கும் மாயன் திருமாலின் தங்கையே, பழமை நிறைந்த திருக்கடவூரின் வாழ்வே, அமுத ஈசன் உன்னை விட்டு விலகாமல் எப்போதும் ஒருபக்கம் பொருந்தியிருக்கிறவளே,

1. *கலையாத கல்வி*
2. *நீண்ட ஆயுள்*
3. *வஞ்சகம் இல்லாத நட்பு, நண்பர்கள்*
4. *நிறைந்த செல்வம்*
5. *என்றும் இளமை*

6. நோயற்ற உடல்
7. சலிப்பற்ற மனம்
8. அன்பு நீங்காத மனைவி / கணவன்
9. குழந்தைப் பேறு
10. குறையாத புகழ்
11. சொன்ன சொல்லைக் காப்பாற்றும் தன்மை
12. பிறருக்குக் கொடுக்கும் எண்ணம், அப்படிக் கொடுப்பதற்குத் தடைகள் இல்லாத சூழ்நிலை
13. நிலைத்த செல்வம்
14. நேர்மையாக ஆட்சி செய்யும் அரசன் (தான் நேர்மையாக வாழ விரும்பும் உள்ளம் என்றும் எடுத்துக்கொள்ளலாம்)
15. துன்பம் இல்லாத வாழ்க்கை
16. உன்மேல் எப்போதும் அன்பு

இந்தப் பதினாறு செல்வங்களையும் எனக்குத் தருவாய், அதோடு, உன்னுடைய பக்தர்களுடன் என்றென்றும் கலந்து பழகி மகிழும் வரத்தையும் அருள்வாய்!

49. மொட்டுக்கள் எத்தனை?

படம் : அலைகள் ஓய்வதில்லை
பாடல் : ஆயிரம் தாமரை மொட்டுக்களே
எழுதியவர் : வைரமுத்து
இசை : இளையராஜா
பாடியவர்கள் : எஸ். பி. பாலசுப்ரமணியம், எஸ். ஜானகி

ஆயிரம் தாமரை மொட்டுக்களே, வந்து
ஆனந்தக் கும்மிகள் கொட்டுங்களேன்!

அதென்ன ஆயிரம் தாமரை மொட்டுக்கள்? இரண்டாயிரமாக இருக்கக்கூடாதா? பத்தாயிரம் என்று சொல்லக்கூடாதா? லட்சம், கோடி என்று எண்கள் இல்லையா? இங்கே ஏன் குறிப்பாக ஆயிரத்தைச் சொல்கிறார் கவிஞர்?

'ஆயிரம்' என்பது மெட்டுக்குக் கச்சிதமாகப் பொருந்துகிறது. ஆனால் அதைக்காட்டிலும் முக்கியமான ஒரு காரணம் உண்டு.

பொதுவாக நம்முடைய தினசரிப் பயன்பாட்டில் வரும் 'ஆயிரம்' என்பது, 999க்குப்பிறகு வரும் ஓர் எண். அதைத் தாண்டி அதற்கு எந்த முக்கியத்துவமும் இல்லை.

ஆனால், அதே ஆயிரம் தமிழ்க் கவிதைகளில் வரும்போது, 'பல' என்கிற அர்த்தத்தைப் பெறுகிறது. அதாவது, இருபதும் ஆயிரம்தான், இருநூறும் ஆயிரம்தான், இரண்டாயிரம் கோடியும் ஆயிரம்தான்.

சாட்சி வேண்டுமா? அப்பர் சொன்னால் ஒப்புக்கொள்வீர்களா? இதே 'ஆயிரம் தாமரை' என்ற வரிகளோடு தொடங்கும் அவரது பாடல் ஒன்று இங்கே:

ஆயிரம் தாமரை போலும்
ஆயிரம் சேவடியானும்!
ஆயிரம் பொன்வரை போலும்
ஆயிரம் தோள் உடையானும்!
ஆயிரம் ஞாயிறு போலும்
ஆயிரம் நீள்முடியானும்!
ஆயிரம் பேர் உகந்தானும்
ஆரூர் அமர்ந்த அம்மானே!
திருவாரூரில் எழுந்தருளியிருக்கும் சிவபெருமானே,

உனக்கு ஏகப்பட்ட திருவடிகள் உண்டு, அவை அனைத்தும் ஆயிரக்கணக்கான தாமரைகளைப்போலச் சிவந்துள்ளன.

அதேபோல், உனக்கு ஏராளமான தோள்கள் உண்டு, அவை ஆயிரக்கணக்கான பொன் மலைகளைப்போல் வலுவோடு மின்னுகின்றன.

உனக்கு ஏராளமான திருமுடிகள் உண்டு, அவை அனைத்தும் ஆயிரக்கணக்கான சூரியன்களைப்போல் பிரகாசிக்கின்றன.

திருவடிகள், தோள்கள், திருமுடிகளைப்போலவே, உனக்குப் பல பெயர்களும் உண்டு, அவற்றை நாங்கள் பாடித் துதிக்கிறோம்.

'சிவனுக்கு ஒரு தலை, இரண்டு தோள்கள், இரண்டு கால்கள்தானே உண்டு, அப்புறம் எப்படி ஆயிரம் வந்தது?' என்று கால்குலேட்டரும் கையுமாகக் கேள்வி கேட்காதீர்கள், இங்கே ஆயிரம் என்பது 999க்குப்பின் வரும் எண் அல்ல.

சந்தேகமிருந்தால் ‘ஆயிரம் பொய்யைச் சொல்லி ஒரு கல்யாணம் செய்’ என்று சொல்கிறவர்களிடம் கேளுங்கள், ‘உங்க கல்யாணத்துக்கு எத்தனை பொய் சொன்னீங்க?’

நிச்சயம் ஆயிரமாக இருக்காது. நூற்று இருபத்தைந்துக்குள்தான் இருக்கும்!

50. அணைகள்

படம்: ஆறிலிருந்து அறுபதுவரை
பாடல்: கண்மணியே, காதல் என்பது
எழுதியவர்: பஞ்சு அருணாசலம்
இசை: இளையராஜா
பாடியவர்கள்: எஸ். பி. பாலசுப்ரமணியம், எஸ். ஜானகி

பாலும் கசந்தது, பஞ்சணை நொந்தது,
காரணம் நீ அறிவாய், தேவையை நான் அறிவேன்!
நாளொரு தேகமும், மோகமும், தாபமும் வாலிபம் தந்த சுகம்,
இளம் வயதினில் வந்த சுகம்!

அணைகள் வீட்டுக்குள்ளும் உண்டு, வெளியிலும் உண்டு. இந்தப் பாடலில் வருவது, வீட்டுக்குள் உள்ள அணை, பஞ்சு + அணை = பஞ்சணை, பஞ்சினால் செய்யப்பட்ட படுக்கை, அதன்மீது தலை + அணை = தலையணை, தலைக்கென்று வைத்துக்கொள்ளும் (சிறு) படுக்கை.

வீட்டுக்கு வெளியே உள்ள அணை, ஆற்றில் வருகிற தண்ணீரைத் தேக்கிவைக்கிறது, பின் அதனை விவசாயத்துக்கோ மின்சாரம் எடுப்பதற்கோ பயன்படுத்த உதவுகிறது, இதனை 'நீர்த்தேக்கம்' என்றும் குறிப்பிடுவார்கள்.

இவை பெயர்ச்சொல் *(Noun)* அணைகள், இதுவே வினைச்சொல்*(Verb)*லாக வரும்போது 'அணை'த்துக்கொள், தழுவிக்கொள் என்று கட்டளை வாசகமாகிவிடுகிறது.

இப்படி விதவிதமான பொருள்கள் அமைவதால்தானோ என்னவோ, கம்பனுக்கும் இந்த வார்த்தைமீது தனிக் காதல். ஓர் அற்புதமான பாட்டில் நான்கு அணைகளை ஒன்றன்கீழ் ஒன்றாக நிறுத்திவைத்திருக்கிறான்:

மிகவும் உணர்ச்சிமயமான காட்சி அது. வாலி வதைக்குப்பிறகு கிஷ்கிந்தைக்கு அரசனாகிவிட்ட சுக்ரீவனைச் சந்திக்கச் செல்கிறான் லட்சுமணன். அவனை வரவேற்கிறான் சுக்ரீவன், 'ரொம்ப தூரம் நடந்து வந்திருப்பீங்க, கொஞ்சம் உட்கார்ந்து காபி, கீபி சாப்பிடுங்களேன்!'

லட்சுமணன் சுக்ரீவனைக் கோபமாகப் பார்க்கிறான், 'அங்கே காட்டில் என் அண்ணன் சிரமப்பட்டுக்கொண்டிருக்கிறான், நான் இங்கே நாட்டில் சவுகர்யமாக உட்கார்ந்து காப்பி சாப்பிடுவேனா? என்னையும் உன்னைப்போல சொகுசுக்கு அடிமை என்று நினைத்துவிட்டாயா?' என்று மனத்துக்குள் நினைத்துக்கொள்கிறான். அங்கே வரும் பாட்டு:

'கல் அணை மனத்தினை உடைக் கைகேசியால்,
எல் அணை மணி முடி துறந்த எம்பிரான்,
புல் அணை வைக, யான் பொன் செய் பூத் தொடர்
மெல் அணை வைகவும் வேண்டுமோ?'

என்றான்.

முதல் வரியில் வரும் 'கல் அணை', கரிகாலன் கட்டியது அல்ல, கல் அணைய, கல் அனைய, கல்லைப் போன்ற மனத்தினைக் கொண்ட கைகேயி, அவள் வாங்கிய வரத்தால் ...

இரண்டாவது வரியில் வரும் 'எல் அணை மணி முடி'க்கு அர்த்தம், 'ஒளி பொருந்திய கிரீடம்', அதனைத் துறந்துவிட்டான் என் அண்ணன், ராமன்!

மூன்றாவது வரியில் வரும் 'புல் அணை' என்பது, நாம் மேலே பார்த்த 'பஞ்சணை'க்கு எதிர்ப்பதம், அதாவது, புல்லால் ஆன படுக்கை, பஞ்சணைபோல் அது மெத்மெத் என்று இருக்காது, உறுத்தும், அதில்தான் ராமன் படுத்திருக்கிறான்.

அண்ணன் நிலைமை அப்படியிருக்க, பொன்னால் செய்து பூக்களைத் தூவிய இந்த 'மெல் அணை', அதாவது, மெல்லிய படுக்கையில், அல்லது அலங்காரமான இருக்கை*(Guest Chair)*யில் நான் உட்கார்வேனா?

அட! வரிசையாக நான்கு அணைகள் வைத்துக்கூட, லட்சுமணனின் அன்பு வெள்ளத்தைக் கட்டுப்படுத்த முடியவில்லையே!

51. சீமை

படம்: பதினாறு வயதினிலே
பாடல்: ஆட்டுக்குட்டி முட்டையிட்டு
எழுதியவர்: கண்ணதாசன்
இசை: இளையராஜா
பாடியவர்கள்: மலேசியா வாசுதேவன், எஸ். ஜானகி

காக்கையில்லா சீமையிலே,
காட்டெருமை மேய்க்கையிலே,
பாட்டெடுத்துப் பாடிப்புட்டு,
ஓட்டமிட்ட சின்னப் பொண்ணு!

‘சீமை’ என்ற வார்த்தைக்கு என்ன அர்த்தம்?

பொதுவாக வெளிநாட்டிலிருந்து வந்தவர்களை ‘சீமைத்துரை’ என்பது வழக்கம். ஆனால் வெளிநாடு என்பதுதான் ‘சீமை’க்கு உண்மையான பொருளா? ‘தென்பாண்டிச் சீமை’, ‘தென்மதுரைச் சீமை’, ‘சிவகங்கைச் சீமை’ என்று உள்நாட்டிலும் சீமைகள் உள்ளனவே.

‘சீமைக் கத்தரிக்காய்’ என்று ஒரு காய் உள்ளது, ‘சீமைப் பசு’ என்று ஒரு விலங்கு உள்ளது. அவையெல்லாம் வெளிநாட்டிலிருந்து இறக்குமதியாகிறதா?

அப்படியானால், சீமை என்பதன் அர்த்தம் 'வெளியூர்' என்பதாக இருக்குமோ?

இலங்கை மலையகப் பாடல்களில் 'நம்ம சீமை' என்ற பயன்பாட்டைப் பார்க்கிறோம். இதன் அர்த்தம் என்ன? வெளிநாட்டை எப்படி 'நம்ம' என்ற அடைமொழியோடு குறிப்பிடமுடியும்?

இந்தக் கேள்விகளைத் தொகுத்துப் பார்த்தால் ஒரு விஷயம் தெளிவாகப் புரியும், 'சீமை' என்பது வெளிநாடு அல்ல, வெளியூர்கூட இல்லை, அது ஒரு பகுதி, அவ்வளவுதான், ஊர், நகரம், மாவட்டம், மாநிலம், நாடு என்பதுபோல, நிலப்பகுதியைக் குறிக்கும் சொல்.

மொழிஞாயிறு ஞா. தேவநேயப் பாவாணர் 'பழந்தமிழ் ஆட்சி' என்று ஒரு நூல் எழுதியுள்ளார். இதில் அவர் நான்குவிதமான 'சீமை'களைக் குறிப்பிடுகிறார்:

★ நகரச் சீமை *(City)*

★ இனச் சீமை (ஓர் இனத்தைச் சேர்ந்தவர்கள் ஒன்றாக வாழும் பகுதி)

★ தேயச் சீமை *(Country)*

★ கூட்டுச் சீமை (*"United" States Of America*போல, பல நாடுகள் / சீமைகள் கூடி ஒரே சீமையாக வாழ்வது, *Federal State*)

அது சரி, கண்ணதாசன் சொல்லும் 'காக்கையில்லா சீமை' நிஜமாகவே இந்த உலகத்தில் உள்ளதா? அல்லது ஆட்டுக்குட்டி முட்டையிட்டுக் கோழிக் குஞ்சு வந்ததுபோல் அதுவும் கற்பனையா?

52. கரடுமுரடு

படம்: மகுடி
பாடல்: கரட்டோரம் மூங்கில் காடு
எழுதியவர்: வாலி
இசை: இளையராஜா
பாடியவர்: இளையராஜா

கரட்டோரம் மூங்கில் காடு, காட்டச் சுத்தி வண்டு பறக்குது,
ரீங்காரம் போட்டுக்கிட்டு, மூங்கிலையும் வண்டு தொளைக்குது,
வண்டு தொளச்ச ஓட்டை வழியே காத்து அடிச்சா,
ஒரு சத்தமும் கேட்குது, என்ன சத்தம்? அது என்னை இழுக்குது
ஆக மொத்தம்!

'ரோட்டோரம்' தெரியும், அதென்ன 'கரட்டோரம்'?

அதே ஃபார்முலாதான். ரோடு + ஓரம் = ரோட்டோரம். கரடு + ஓரம் = கரட்டோரம்.

கரடு? இதென்ன புது வார்த்தை?

புதிதெல்லாம் இல்லை, 'கரடுமுரடு' என்று சொல்கிறோமே, அதில் வரும் 'கரடு'தான் இது. பாறை, பெரிய கல், குன்று, சிறிய மலை என்பதுபோல் பொருள் சொல்லலாம்.

'பொய்மான் கரடு' என்று கேள்விப்பட்டிருப்பீர்கள். சேலத்திலிருந்து நாமக்கல் செல்லும் வழியில் உள்ள இந்தக் கரட்டை ஒரு குறிப்பிட்ட கோணத்திலிருந்து பார்க்கிறவர்களுக்குக் கொம்புகளுடன் ஒரு மான் உருவம் தெரியும். அதனால்தான் அப்படிப் பெயர் சூட்டப்பட்டது.

வித்தியாசமான இந்தக் கரட்டை வைத்துக் கல்கி அவர்கள் ஒரு சுவாரஸ்யமான கதைகூட எழுதியிருக்கிறார். கொஞ்சம் தேடினால் இணையத்தில் இலவசமாகவே கிடைக்கும்.

பழந்தமிழ் இலக்கியத்திலும் நிறைய கரடுகள் உண்டு. திருவருட்பாவில் வள்ளலார், 'பாறைகூட உருகிவிடும், என் மனம் உருகாது போலிருக்கிறதே' என்று குறிப்பிடும்போது, 'ஈண்டு உருகாக் கரடும் இதற்கு உருகல் அரிது அலவே' என்கிறார்.

'கரடு' சரி, அதென்ன 'முரடு'?

அதுவும் நமக்குப் பரிச்சயமான வார்த்தைதான் 'முரட்டுக் காளை' என்று சொல்கிறோமே, அதன் வேர்ச்சொல்தான் இந்த 'முரடு', *Roughness* என்று பொருள்.

ஆக, 'கரடு முரடு' என்பதன் அர்த்தம், 'முரடான கரடு', அதாவது, *Rough Rock!*

53. இலக்கிய வாசம்

படம்: சிவா
பாடல்: அடி வான்மதி
எழுதியவர்: புலமைப்பித்தன்
இசை: இளையராஜா
பாடியவர்கள்: எஸ். பி. பாலசுப்ரமணியம், கே. எஸ். சித்ரா

கோடைக் காலங்களில், குளிர் காற்று நீயாகிறாய்,
வாடை நேரங்களில், ஒரு போர்வை நீயாக வந்தாய்!
கண்கள் நாலும் பேசும் நேரம்,
நானும் நீயும் ஊமை ஆனோம்!

புலவர் புலமைப்பித்தனின் பாடல்களில் எப்போதும் இலக்கிய வாசனை இருக்கும், ஆனால் அது துருத்திக்கொண்டு தெரியாமல் மிக இயல்பாகச் சேர்த்திருப்பார்.

உதாரணமாக, இந்தக் காதல் பாடலை எடுத்துக்கொள்ளுங்கள், மேலோட்டமாகப் பார்த்தால் மீட்டருக்கு எழுதப்பட்ட வரிகளைப்போலதான் தெரியும். ஆனால் கொஞ்சம் ஆழச் சென்று பார்த்தால், திகைப்பு தோன்றும்.

முதல் இரு வரிகளை எடுத்துக்கொள்வோம் : கோடையின்போது

என் உடலின்மீது ஜில் காற்றாக வீசிக் குளிர்ச்சி தருகிறவள் நீ, சில மாதங்கள் கழித்துக் குளிர் தொடங்கியபிறகு, நீயே எனக்குப் போர்வையாகிவிடுகிறாய், அதாவது, முன்பு குளிரைத் தந்த நீயே, இப்போது வெம்மையும் தருகிறாய்.

இப்போது, ‘மன்னுயிர் அறியா’ எனத் தொடங்கும் ஒரு குறுந்தொகைப் பாட்டிலிருந்து ஒரு சிறிய பகுதி:

வேனிலானே தண்ணியள், பனியே
சிறு வெம்மையளே!

மிகப் பழைய பாடல் என்றாலும், அர்த்தம் தெளிவாகப் புரியும்: என் காதலி வெயில் பொழுதில் எனக்குக் குளிர்ச்சி தருகிறாள், அதே காதலி பனியின்போது வெம்மை தருகிறாள்.

இப்போது, புலமைப்பித்தன் பாடலின் அடுத்த இரண்டு வரிகளை எடுத்துக்கொள்வோம்: காதலர்களின் கண்கள் நான்கும் பேசிக்கொள்ளும்போது, அவர்கள் இருவரும் ஊமை ஆகிவிடுகிறார்கள், அதாவது, வாய் இருந்தும், பேச முடிந்தும், அதனால் பயன் ஏதும் இல்லை.

இதற்கு இணையான திருக்குறள் வரிகள் எல்லாருக்கும் தெரியும்:

கண்ணொடு கண் இணை நோக்கு ஒக்கின் வாய்ச்சொற்கள்
என்ன பலனும் இல

நாலே வரி, முற்பாதியில் குறுந்தொகை, அடுத்த பாதியில் திருக்குறள், ஆனால் பாட்டைக் கேட்கிற யாருக்கும் இது வலிய ‘நுழைக்கப்பட்டிருப்பதாக’த் தெரியாது. இது புலமைப்பித்தனின் சாதுர்யம் மட்டுமல்ல, என்றைக்கும் பொருந்தக்கூடிய உவமைகளை, சிந்தனைகளை எழுதிக் குவித்த நம் முன்னோர்களின் பெருமையும்தான்!

54. மயக்கமும் வழக்கமும்

படம்: எங்கள் தங்க ராஜா
பாடல்: இரவுக்கும் பகலுக்கும் இனி என்ன வேலை
எழுதியவர்: கண்ணதாசன்
இசை: கே. வி. மஹாதேவன்
பாடியவர்கள்: டி. எம். சௌந்தர்ராஜன், பி. சுசீலா

ஆடை இதுவென நிலவினை எடுக்கும், ஆனந்த மயக்கம்!
'அம்மா குளிர்!' என ஒன்றினை ஒன்று அணைப்பது பழக்கம்,
காலை நேரத்தில் காயங்கள் பார்த்து, களிப்பதென்பதே கவிதையின் விளக்கம்!
கவிஞர் சொன்னது கொஞ்சம், இனிமேல் காணப்போவது மஞ்சம்!

ஒரு கவிஞர் தன் பாடலிலேயே தன்னை ஒரு பாத்திரமாக்குவது நுட்பம், அதில் தன்னைத் தானே கேலி செய்துகொண்டு, அதன்மூலம் தன்னுடைய கதாபாத்திரங்களை ஒரு படி மேலேற்றி நிறுத்துவது, இன்னும் அதிநுட்பம்.

இதற்குச் சிறந்த உதாரணம், இந்த 4 வரிகள்.

இந்தப் பாடலைப் பாடும் ஜோடிக்குத் திருமணம் நிச்சயமாகியுள்ளது, அதை நினைத்து அவர்கள் ஆனந்தமாக

ஆடிப் பாடுவதாகக் காட்சி அமைப்பு.

ஆனால் கவிஞரோ, வேண்டுமென்றே குறும்பாகச் சில அந்தரங்கக் காட்சிகளைப் பட்டியல் போடுகிறார். அவற்றை ஒவ்வொன்றாக ருசிப்போம்.

முதலில், அவனும் அவளும் கூடிக் களிக்கிறார்கள், அந்தச் சந்தோஷத்துக்கு நாம் இடைஞ்சலாக இருக்கவேண்டாமே என்று ஆடைகள் விடைபெற்றுக்கொள்கின்றன.

கூடல் முடிந்ததும் தூக்கம் வருகிறது. ஒருவரை ஒருவர் அணைத்தபடி உறங்கிவிடுகிறார்கள்.

சிறிது நேரம் கழித்து, அவளுக்கு விழிப்பு வருகிறது. எழுந்து உட்கார்கிறாள். அப்போதுதான், தன் உடலில் ஆடைகளே இல்லை என்பதை உணர்கிறாள். வெட்கப்படுகிறாள். சட்டென்று சுற்றிலும் தேடிக் கீழே இருக்கும் வெள்ளை ஆடையை அவசரமாகக் கை நீட்டி எடுக்கிறாள்.

ம்ஹூம், ஆடை கையோடு வரவில்லை. என்ன ஆயிற்று?

அட! அது ஆடையே இல்லை. அவர்கள் இருக்கும் ஜன்னலின் வழியே வந்த நிலா வெளிச்சம் தரையில் விழுந்து கிடக்கிறது. காதல் மயக்கத்தில் அதைத் தன்னுடைய உடை என்று நினைத்துவிட்டாள் அவள்.

என்ன? கண்ணதாசனின் அழகான கற்பனையை நினைத்துக் கிறங்குகிறீர்களா? பாராட்டவேண்டும் என்று தோன்றுகிறதா?

ஒருவேளை நீங்கள் பாராட்டினாலும், அவர் அந்தப் பாராட்டை ஏற்றுக்கொள்ளமாட்டார். அதன்மீது ‘Redirected To : ஜெயங்கொண்டார்’ என்று எழுதி அனுப்பிவிடுவார்.

காரணம், ஜெயங்கொண்டார் எழுதிய ‘கலிங்கத்துப் பரணி’யில் வரும் கற்பனை இது. கண்ணதாசன் அதைப் பொருத்தமாக இந்தப் பாடலில் பயன்படுத்தியிருக்கிறார்:

> கலவிக் களியின் மயக்கத்தால்
> கலை போய், அகலக் கலைமதியின்
> நிலவைத் துகில் என்று எடுத்து உடுப்பீர்!

முதல் வரி ஆச்சா, அடுத்த வரிகளிலும் இதேபோல் ரசமான கற்பனைகள்தாம்.

காதல் மயக்கத்தில், அவர்கள் எத்தனைமுறை அணைத்தாலும் ஆசை தணிவதில்லை. இன்னும் இன்னும் அணைக்கவேண்டும் என்று விரும்புகிறார்கள். அதற்கு ஒரு காரணம் வேண்டுமே.

இருக்கவே இருக்கிறது, குளிர். லேசாகக் காற்று வீசினாலும், 'அச்சச்சோ குளிர்!' என்று பதறி, ஜோடியை அணைத்துக்கொள்கிறார்கள், அவன் உடலில் இவளும், இவள் உடலில் அவனும் குளிர் காய்கிறார்கள்.

மறுநாள் காலை, அவர்கள் தூங்கி எழுகிறார்கள். கன்னத்தில் நகக்குறிகளும் பல் பதித்த காயமும் இருக்கிறது. அந்தக் காதல் அடையாளங்களைப் பார்த்து ரகசியமாகச் சிரித்துக்கொள்கிறார்கள்.

இந்தக் காட்சிகளையெல்லாம் விளக்கிவிட்டு, நிறைவு வரியில் கண்ணதாசன் ஒரு பஞ்ச் வைக்கிறார், 'ஜெயங்கொண்டாரும், நானும், இன்னும் பல கவிஞர்களும் இப்படிப் பலவிதமான அந்தரங்கக் காட்சிகளைக் கற்பனை செய்து சொல்லியிருக்கிறார்கள், ஆனால் அதெல்லாம் கொஞ்சம்தான், இனிமேல் எங்களுடைய மஞ்சம் காணப்போகும் ஆசைக் காட்சிகள்தான் நிறைய!'

கண்ணதாசனின் கற்பனைத் திறன், உத்தித் திறனுக்குச் சாட்சி பார்த்துவிட்டோம், இதே பாடலில் அவரது சொல்தேர்வுத் திறனுக்கும் ஓர் ஆதாரம் பார்த்துவிடலாமே. இரண்டாவது வரியில், குளிர் என்று சொல்லிக்கொண்டு ஒருவரை ஒருவர் அணைத்துக்கொள்வது 'பழக்கம்' என்கிறார், அந்தச் சொல்லைக் கவனியுங்கள். இங்கே 'பழக்கம்' என்பதற்குப் பதில் 'வழக்கம்'

என்றுகூடச் சொல்லியிருக்கலாம். மெட்டுக்கு இடைஞ்சல் இராது. ஆனால் கண்ணதாசன் அப்படிச் செய்யவில்லை. ஏன்?

வழக்கம், பழக்கம் என்ற சொற்களை நாம் சர்வசாதாரணமாக மாற்றிப் பயன்படுத்துகிறோம். ஆனால் அவற்றினிடையே ஒரு நுட்பமான வேறுபாடு உள்ளது. வழிவழியாக வருவது வழக்கம், பழகிக்கொண்டது பழக்கம்.

உதாரணமாக:

சாம்பாரைக் காரமாகச் செய்வது தமிழ்நாட்டில் வழக்கம், அங்கிருந்து ஒருவர் இங்கே கர்நாடகாவுக்கு வந்து, உள்ளூர்ச் சாம்பாரை ருசிபார்த்துவிட்டு, அதில் கொஞ்சம் வெல்லத்தைப் போட்டால், அது பழக்கம் (இதையே சென்னையில் வசிக்கும் ஒரு கன்னடர் நேர்மாறாகச் செய்தால், அவருக்கு இனிப்புச் சாம்பார் வழக்கம், இனிப்பு இல்லாத சாம்பார் பழக்கம்)

அரிசிச் சோறு வழக்கம், நூடுல்ஸ், பர்கர், பிட்ஸா பழக்கம் (நமக்கு)

அன்பு வழக்கம், காதல் பழக்கம் ... இப்படி இன்னும் நிறைய உதாரணங்கள் சொல்லலாம்

வழக்கம் சரி, பழக்கம் சரி, 'பழக்க வழக்கம்' என்கிறோமே, அதென்ன?

பழக்கமாகத் தொடங்கியது, பின்னர் வழக்கமாகிவிடுகிறது. அதைப் 'பழக்க வழக்கம்' என்கிறோம், 'வழக்க பழக்கம்' என்று சொல்வதில்லை, காரணம், பழக்கம்தான் பின்னர் வழக்கமாக மாறும், வழக்கம் எதுவும் பழக்கமாக மாறமுடியாது!

இந்தப் பின்னணியில் அந்த வரியை மீண்டும் படித்துப்பாருங்கள். நேற்றுவரை அவனுக்குக் குளிர் எடுத்தால் போர்வையைதான் தேடுவான், இன்றைக்கு, அவளை அணைக்கத் தோன்றுகிறது, அது வழக்கம் அல்ல, புதுப் பழக்கம்!

55. ஆசானும் ஆசிரியரும்

படம் : அடிமைப் பெண்
பாடல் : அம்மா என்றால் அன்பு
எழுதியவர் : வாலி
இசை : கே. வி. மகாதேவன்
பாடியவர் : ஜெ. ஜெயலலிதா

அம்மா என்றால் அன்பு,
அப்பா என்றால் அறிவு,
ஆசான் என்றால் கல்வி,
அவரே உலகில் தெய்வம்!

மாதா, பிதா, குரு தெய்வம் என்ற வரிசையை மெட்டுக்குப் பொருத்தமாக இப்படி உட்காரவைத்திருக்கிறார் வாலி. கதைப்படி இந்தப் பாடல் குழந்தைபோன்ற உள்ளம் கொண்ட ஒரு கதாபாத்திரத்தை நோக்கிப் பாடப்படுவது என்பதால், எளிய வார்த்தைகளைக் கொண்டு கிட்டத்தட்ட ஒரு பாப்பாப் பாட்டுபோலவே அமைத்துள்ளார்.

இதில் ஆசிரியரைக் குறிப்பிட 'ஆசான்' என்ற வார்த்தையைக் கவிஞர் பயன்படுத்தியிருக்கிறார். இந்தச் சொற்கள் இரண்டுக்கும் என்ன அர்த்தம்?

ஆசிரியர் = ஆசு + இரியர்.

தமிழில் 'ஆசு' என்றால் குற்றம், 'இரிதல்' என்றால் கெடுதல், ஓடுதல், விலக்குதல். ஆக, ஆசிரியர் என்றால், (மாணவர்களிடம் உள்ள) குற்றங்களை நீக்குபவர். அவர்களை நல்வழிப்படுத்துகிறவர்.

கொஞ்சம் பொறுங்கள், இந்த விளக்கத்தில் ஒரு சின்னப் பிரச்னை.

ஆசிரியர் = ஆசு + இரியர் என்றால், ஆசான் = ஆசு + ஆன், குற்றம் புரிந்தவன் என்று அல்லவா அர்த்தம் வருகிறது?

தமிழில் ஒரே சொல்லுக்குப் பல அர்த்தங்கள் உண்டு. எங்கே எப்படி வருகிறது என்பதை வைத்துச் சரியானதைத் தேர்ந்தெடுத்துக்கொள்ளவேண்டும். *Context Based Meaning.*

இங்கே ஆசு = பற்றுக்கோடு. உதாரணமாக, கம்ப ராமாயணம் சுந்தர காண்டத்தில் அனுமனுடன் பேசும் சீதை, தான் விடுதலையாகும் நாளைப்பற்றிச் சொல்லும்போது 'அரக்கர் தம் வருக்கம் ஆசு அற மீட்ட நாள்' என்பாள். ஆசு அற = அரக்கர்களைப் பற்றிக்கொள்ள எதுவுமே இல்லாதபடி அழித்து என்னை மீட்கப்போகிறான் என் ராமன்!

அந்தவிதத்தில் ஆசு + ஆன் = மாணவர்களுக்குப் பற்றுக்கோடாகத் திகழ்கிறவர், ஏதாவது சந்தேகம்ன்னா புத்தகத்தை எடுத்துகிட்டு அவர்கிட்டதானே ஓடறோம்?

ஆனால் ஒன்று, சந்தேகம் நியாயமாக இருக்கவேண்டும், 'நீங்க வெறும் தாஸா, லார்ட் லபக் தாஸா' என்றெல்லாம் கேட்கத் தொடங்கினால் பிரச்னைதான்!

56. கூவியது குயிலா?

படம்: முதல் மரியாதை
பாடல்: ஏறாத மலைமேலே
எழுதியவர்: வைரமுத்து
இசை: இளையராஜா
பாடியவர்கள்: மலேசியா வாசுதேவன், எஸ். ஜானகி

பாட்டுச் சத்தம் கேட்கலையா?
பாட்டுச் சத்தம் கேட்டதையா!
கூப்புடுற சத்தமெல்லாம், குயிலுச் சத்தமின்னிருந்தேன்,
உங்க சத்தமின்னிருந்தா ஓடோடி நான் வந்திருப்பேன்!

இந்த அட்டகாசமான பாடலைக் குறைந்தது நூறுமுறையாவது கேட்டிருப்பேன். ஆனால் ஒவ்வொருமுறையும், கிராமத்து ஆண், பெண் இடையே குறும்பான ஓர் உரையாடல் என்பதோடு என் புரிதல் நின்றுவிடும்.

'தமிழ்நாட்டுப் பாமரர் பாடல்கள்' என்ற நூலைச் சமீபத்தில் வாசித்துக்கொண்டிருந்தேன். காதல், குழந்தை, உழைப்பு, சமூகப் பிரச்னைகள், விளையாட்டு என்று வெவ்வேறு தலைப்புகளில் பல கிராமத்து மனிதர்களிடமிருந்து எஸ். எஸ். போத்தையா, எஸ். எம். கார்க்கி ஆகியோர் சேகரித்த

பாடல்களைப் பேராசிரியர் நா. வானமாமலை தொகுத்து வெளியிட்டுள்ளார். அறுபதுகளில் வெளியான நூல் இது.

அதில் 'குயில் சத்தமோ?' என்று தலைப்பில் ஒரு பாடல். அதற்குச் சுவையான ஒரு முன் கதை.

உச்சிநத்தம் என்ற கிராமம். அங்கே ஒரு பெண், மொச்சைக் காட்டில் மும்முரமாக வேலை பார்த்துக்கொண்டிருக்கிறாள்.

இந்தப் பெண்ணுக்கு ஒரு காதலன். அவன் அவளைச் சந்திப்பதற்காக வருகிறான். மற்றவர்களுக்குத் தெரியாதபடி சீட்டி ஒலி எழுப்புகிறான்.

ஆனால், இப்படி நெடுநேரம் விசிலடித்தும், அவள் வரவில்லை.

அதன்பிறகு, அவன் கொஞ்சம் தைரியத்தை வரவழைத்துக்கொண்டு அவளை நெருங்குகிறான், 'நான் ஜாடையாக் கூப்பிட்டும் நீ வரலையே, ஏன்?' என்று ஆதங்கத்துடன் கேட்கிறான்.

உடனே அவள் துடித்துப்போய்ப் பதில் சொல்கிறாள், 'அடடா, உங்க சத்தமா அது? நான் ஏதோ மரத்துமேல குயில் கூவுற சத்தம்ன்னுல்ல நினைச்சுட்டேன்!'

'நிஜமாவா சொல்றே?'

'ஆமாங்க, உங்க குரல்ன்னு தெரிஞ்சிருந்தா ஓடி வந்திருக்கமாட்டேனா?' என்று கொஞ்சும் அவள், அதை ஒரு பாட்டாகவே பாடிவிடுகிறாள். அந்தப் பாடல்:

உச்சி நத்தம் பாறையிலே
மொச்சை நெத்து உருவையிலே
கூப்பிட்ட சத்தமெல்லாம்
குயில் சத்தமின்னிருந்தேன்,
சாமி சத்தமின்னிருந்தால்
சந்நிதிக்கே வந்திருப்பேன்!

57. முத்தக் கணக்கு

படம்: மிஸ்டர் ரோமியோ
பாடல்: தண்ணீரைக் காதலிக்கும்
எழுதியவர்: வைரமுத்து
இசை: ஏ. ஆர். ரஹ்மான்
பாடியவர்: சங்கீதா சஜித்

அவனை இரவினில் சுமப்பேன்,
அஞ்சு மணிவரை ரசிப்பேன்,
கண்ணாளன் காதோடும் கண்ணோடும்
முந்நூறு முத்தாடுவேன்!

வைரமுத்து இன்னொரு பாடலில் 'விடியும்வரை பெண் அழகு' என்று எழுதியது பெரும் சர்ச்சையைக் கிளப்பியது. அதைச் சரி செய்வதற்காகவோ என்னவோ, இந்தப் பாடலில் கொஞ்சம் வித்தியாசமாக, ஒரு பெண் காலை(ஐந்து மணி) வரை ஓர் ஆணை ரசிப்பதாக எழுதிவிட்டார்போல!

அது நிற்க. அந்தப் பெண் அந்தக் காதலனுக்குத் தந்த முத்தங்கள் எத்தனை?

இதென்ன கேள்வி? பாட்டில் தெளிவாக 300 என்று பதில் வந்திருக்கிறதே!

300 என்று எண்ணில் எழுதிவிட்டால் பிரச்னையில்லை, எழுத்தில் பிரச்னை, முன்னூறு, முந்நூறு, எது சரி?

இரண்டுமே சரிதான். ஆனால் வெவ்வேறு அர்த்தம்.

முதலில், 300 விஷயத்தைப் பார்ப்போம், இது மூன்று + நூறு என்று பிரியும். இதற்கான தொல்காப்பிய விதி: 'நூறு முன் வரினும் கூறிய இயல்பே, மூன்றன் ஒற்றே நகாரம் ஆகும்.'

அதாவது மூன்று + நூறு என்று இணையும்போது, அதில் இருக்கும் ஒற்று 'ன்' நகாரமாக, 'ந்' என்று மாறிவிடும்.

இதனால், மூன்று + நூறு = முந்நூறு. அதனை 'முன்னூறு' என்று எழுதுவது தவறு.

இன்னொருவிதத்தில் 'முன்னூறு' என்பதும் சரிதான், அதை முன் + நூறு என்று பிரிக்கவேண்டும். அப்போது அது முன்னூறு என்று புணரும்.

சுருக்கமாகச் சொன்னால்,

- 'இந்த வேலையைச் செய்வதற்கு முன்னூறு ரூபாய் கிடைக்கும்' என்றால், வேலையைச் செய்வதற்கு முன் நூறு ரூபாய் கிடைக்கும், அதாவது, *you will get an advance payment of Rs 100*

- 'இந்த வேலையைச் செய்வதற்கு முந்நூறு ரூபாய் கிடைக்கும்' என்றால், *you will get a payment of Rs 300*

இப்போது, முத்தக் கணக்கை மறுபடி பாருங்கள், அவள் அவனுக்குத் தந்த முத்தங்கள் நூறா, முந்நூறா?

58. பொம்மைகளோ பெண்கள்?

படம்: வறுமையின் நிறம் சிகப்பு
பாடல்: சிப்பி இருக்குது
எழுதியவர்: கண்ணதாசன்
இசை: எம். எஸ். விஸ்வநாதன்
பாடியவர்கள்: எஸ். பி. பாலசுப்ரமணியம், எஸ். ஜானகி

தேவை, பாவை பார்வை!
நினைக்கவைத்து, நெஞ்சில் நின்று நெருங்கி வந்து
மயக்கம் தந்தது யார்?
தமிழோ, அமுதோ, கவியோ!

தமிழ் சினிமாப் பாடல்களுக்கென்று ஓர் அகராதி தயாரித்தால், அதில் 'பாவை' என்ற சொல்லுக்குப் பொருள் 'பெண்' என்பதாக இருக்கும். உதாரணமாக, இந்தப் பாடலில் வரும் 'தேவை பாவை பார்வை', அப்புறம் 'இடை மெலிந்தாள் இந்தப் பாவை', 'தேடும் பெண் பாவை வருவாள்', 'பால் நிலாவைப் போல வந்த பாவை அல்லவா' என்று நூற்றுக்கணக்கான பாடல்களை அடுக்கலாம். இவை அனைத்திலும் பாவை என்றால், பெண் என்பதுதான் பொருள்.

உண்மையில், பாவை என்றால் அதன் நேரடிப் பொருள், பதுமை, பொம்மை என்பதுதான். 'தோல் பாவைக் கூத்து' என்று ஒரு நாட்டுப்புறக்கலையைக் கேள்விப்பட்டிருப்பீர்கள்,

தோலால் செய்யப்பட்ட பொம்மை உருவங்களைக் கொண்டு நிகழ்த்தப்படுவது அது.

அபூர்வமாக, சில சினிமாப் பாடல்களிலும் பாவை என்பதைப் பொம்மை என்ற பொருளிலும் பயன்படுத்தியுள்ளார்கள். உதாரணமாக, ‘வார்த்தை தவறிவிட்டாய்’ என்று பாரதி வரியை முதலாகக் கொண்டு வாலி எழுதிய திரைப் பாடலில், ‘பார்க்கும் இடத்திலெல்லாம் உன்னைப்போல் பாவை தெரியுதடி’ என்று ஒரு வரி வரும். அதன் பொருள், ’பார்க்கும் பெண்களெல்லாம் உன்னைப்போலத் தெரிகிறார்கள்’ என்பதல்ல, ‘பார்க்கும் இடத்திலெல்லாம் உன் உருவம் தெரிகிறது’ என்கிறான் அந்தக் காதலன், நந்தலாலாவின் காதல் வடிவம் இது!

அப்படியானால், ‘தேவை பாவை பார்வை’ என்று கண்ணதாசன் எழுதியது தவறா? பொதுவாக பொம்மைகள் குழந்தைகளைக் கவரவேண்டும் என்ற நோக்கத்துடன் மிகவும் அழகாகத்தான் உருவாக்கப்படும். ஆகவே, அழகான ஒரு பெண்ணைப் ‘பாவை போன்றவள்’ என்று உவமை சொல்லலாம். அதுவே அந்தப் பெண்ணுக்குப் பெயராகவும் ஆகிவரலாம்.

அதன்படி, பாவை = பெண், உவமையாகுபெயர்!

இதை உறுதிப்படுத்தும்வகையில், வாலியின் பாடல் ஒன்று ‘பாவை’யின் இரு பொருள்களையும் ஒன்றாகச் சேர்த்துப் பயன்படுத்துகிறது. ஒரு பெண் இப்படிப் பாடுவதாக:

> என்ன செய்ய?
> நானோ தோல் பாவைதான்,
> உந்தன் கைகள் ஆட்டிவைக்கும் நூல் பாவைதான்!

இங்கே முதலில் வரும் ‘தோல் பாவை’ என்பதைத் தோலால் செய்யப்பட்ட அஃறிணைப் பொம்மை என்றும் பொருள் கொள்ளலாம், தோலால் போர்த்தப்பட்ட மனிதப் பெண் என்றும் பொருள் கொள்ளலாம், நூல் கொண்டு அந்தப் பெண்ணைப் பொம்மையாக ஆட்டிவைக்கிறவன், அந்த முகுந்தன்!

59. காலையும் மாலையும்

படம்: சித்திரையில் நிலாச்சோறு
பாடல்: காலையிலே மாலை வந்தது
எழுதியவர்: புலமைப்பித்தன்
இசை: இளையராஜா
பாடியவர்: சப்தபர்ணா சக்ரபர்த்தி

காலையிலே மாலை வந்தது, நான் காத்திருந்த வேளை வந்தது!
இனி காலமெல்லாம், உன்னைத் தொடர்ந்துவர,
உன் காலடிதான் இனி சரணமென,
இந்த வானமும் பூமியும் வாழ்த்துச் சொல்ல!

சென்ற நூற்றாண்டில் சிலேடை என்றால், கிவாஜ. அவர் எழுதிய, பேசிய, அல்லது பேசியதாகச் சொல்லப்பட்ட ஏராளமான சிலேடைகள் தொகுக்கப்பட்டு நூலாக வெளிவந்துள்ளன. அந்தப் புத்தகமும் இணையத்தில் இலவசமாகவே கிடைக்கிறது.

அது சரி, நாலு வரி நோட்டுக்கும் கிவாஜவுக்கும் என்ன சம்பந்தம்?

கிவாஜ சினிமாப் பாட்டு ஒன்று எழுதியிருக்கிறார். ஆனால் இங்கே நாம் பார்க்கவிருப்பது, அவருடைய புகழ் பெற்ற சிலேடை ஒன்று.

வெளியூரில் ஒரு நிகழ்ச்சி. அதில் கலந்துகொள்வதற்காக ரயிலேறிச் சென்றார் கிவாஜ. அதிகாலையில் ரயிலிலிருந்து இறங்கியதும், நிகழ்ச்சி அமைப்பாளர்கள் அவரை வரவேற்று, ஒரு பூமாலையை அணிவித்தார்கள்.

கிவாஜ மகிழ்ச்சியுடன் புன்னகை செய்தார். பின்னர், 'என்ன இது அதிசயம்! காலையிலேயே மாலை வந்துவிட்டதே!' என்றார் சிலேடையாக.

இந்த வார்த்தை விளையாட்டைப் பழநிபாரதி ஒரு திரைப்பாடலில் பயன்படுத்தினார், 'சேது' படத்தில் வரும் 'சிக்காத சிட்டொண்ணு' என்ற பாடலில், 'காலையிலே மாலை வர ஏங்குதடி' என்று எழுத, அதை உன்னி கிருஷ்ணன் பாடியிருந்தார்.

பல வருடங்கள் கழித்து, இப்போது 'சித்திரையில் நிலாச்சோறு' படத்தில் புலமைப்பித்தனும் அதே கற்பனையைப் பயன்படுத்தியிருக்கிறார், 'காலையிலே மாலை வந்தது' என்று தொடங்கி, 'நான் காத்திருந்த வேளை வந்தது' என்று அழகாகத் தொடர்கிறார்.

'காத்திருந்த வேளை வந்தது' என்பதில் உள்ள 'வந்தது' என்ற வார்த்தையை, வேளையோடு சேர்த்து வாசித்தால் '*the day I was waiting for*... இதோ வந்துவிட்டது' என்ற பொருள் வரும். அப்படியில்லாமல், முதல் வரியோடு சேர்த்து, 'நான் மாலைக்காகக் காத்திருந்தவேளையில், மாலை வந்து சேர்ந்தது' என்றும் வாசிக்கலாம். அதுவும் அழகிய சிலேடைதான்!

அதன்பிறகும் ஓர் அழகான வார்த்தை விளையாட்டு உண்டு, 'உன் காலடிதான் இனி சரணமென' என்று பாடுகிறாள் அந்தக் கதாநாயகி... உண்மையில், 'சரண்' என்ற வார்த்தைக்குப் பொருளே 'காலடி'தான் :) 'நின்னைச் சரணடைந்தேன்' என்றால், உன் காலடியில் பணிந்தேன் என்று பொருள்!

60. குருவிக் கூடு

படம்: வானம்பாடி
பாடல்: தூக்கணாங்குருவிக் கூடு
எழுதியவர்: கண்ணதாசன்
இசை: கே. வி. மகாதேவன்
பாடியவர்: பி. சுசீலா

தூக்கணாங்குருவிக் கூடு,
தூங்கக் கண்டார் மரத்திலே,
சும்மாப் போன மச்சானுக்கு, என்ன நினைப்பு மனசிலே!

'தூக்கணாங்குருவி' என்ற பெயர் மிகப் பிரபலமானது. பேச்சுவழக்கிலும் பல நாட்டுப்புறப் பாடல்கள், சினிமாப் பாடல்களிலும்கூட இடம்பெற்றிருக்கிறது.

இந்தக் குருவியைவிட, மரத்திலிருந்து தொங்கும்விதமாக அது கட்டும் வித்தியாசமான கூட்டை எல்லாரும் அறிவர்.

சின்ன வயதில் இதை வைத்து ஒரு கதைகூடப் படித்திருப்போம், பெருமழையில் நனையும் குரங்கு : அதைக் கேலி செய்யும் தூக்கணாங்குருவி : ஓவர் அறிவுரை, கிண்டல், கேலியால் கடுப்பான குரங்கு, மரத்தின் மேலே ஏறி அந்தக் குருவியின் கூட்டைப் பிய்த்துப்போட்டுவிடும்!

இந்தக் கதை 'விவேக சிந்தாமணி'யில் வருகிறது. இப்படி:

வானரம் மழைதனில் நனைய, தூக்கணம்
தான் ஒரு நெறி சொல, தாண்டிப் பிய்த்திடும்,
ஞானமும் கல்வியும் நவின்ற நூல்களும்
ஈனர்க்கு உரைத்திடில் இடர் அது ஆகுமே!

அந்தக் குருவி, மழையில் நனைந்த குரங்குக்கு நல்ல அறிவுரை சொல்லி என்ன பிரயோஜனம்? அதன் கூட்டை இழந்து அதுவும் மழையில் நனையவேண்டியதாகிவிட்டது.

அதுபோல, பாத்திரம் அறிந்து பிச்சையிடவேண்டும், ஞானமும் கல்வியும் நூல்களும் ஈனர்களுக்குப் போய் உரைத்தால், அப்புறம் நமக்குதான் பிரச்னை வரும்.

பாட்டு நன்றாகதான் இருக்கிறது. ஆனால், ஏதோ இடிக்கிறது!

நாம் இதுவரை 'தூக்கணாங்குருவி' என்றுதானே கேள்விப்பட்டிருக்கிறோம்? இந்தப் பாட்டில் 'தூக்கணம்' என்று வருகிறதே, தட்டச்சுப் பிழையா?

ம்ஹூம், இல்லை, 'தூக்கணாங்குருவி' என்று நாம் சொல்லிவருவதுதான் தவறு, அந்தக் குருவியின் நிஜப் பெயர், 'தூக்கணம்'தான். இலக்கியங்களில் தூக்கணப் புள், தூக்கணக் குருவி என்றெல்லாம் குறிப்பிடப்படும்.

'தூக்கணம்' என்ற பெயர், அந்தக் குருவி கட்டும் கூட்டின் காரணமாக அமைந்திருக்கலாம். ஏனெனில், இந்தக் குருவியின் கூடுபோன்ற வடிவத்தில் பெண்கள் காதில் அணியும் தொங்கல் / ஜிமிக்கி வகைக்கும் 'தூக்கணம்' என்ற பெயர் உள்ளது!

61. சோடி

படம்: படிக்காதவன்
பாடல்: சோடிக்கிளி எங்கே சொல்லு சொல்லு
எழுதியவர்: வைரமுத்து
இசை: இளையராஜா
பாடியவர்கள்: எஸ். பி. பாலசுப்ரமணியம், எஸ். ஜானகி

சோடிக்கிளி எங்கே, சொல்லு, சொல்லு,
சொந்தக் கிளியே நீ, வந்து நில்லு!
கன்னிக் கிளிதான் காத்துக் கெடக்கு, கண்ணுறங்காம,
பட்டுக் கிளி இதைக் கட்டிக்கொள்ளு, தொட்டுக் கலந்தொரு மெட்டுச் சொல்லு!

கிளிகள் நிறைந்த பல்லவி இது. நாம் கிளிகளைச் சுதந்தரமாகப் பறக்கவிட்டு, அந்த முதல் சொல்லைக் கவனிப்போம்: சோடி... இதற்கு என்ன அர்த்தம்?

ஹிந்தியில் 'ஜோட்' என்றால் பிணைப்பு என்று அர்த்தம், ஜோடி என்றால், பிணைக்கப்பட்டவர்கள், அந்தச் சொல்தான் தமிழில் கிரந்தம் தவிர்க்கப்பட்டு 'சோடி' என்று மாறிவிட்டதாக நினைத்திருந்தேன்.

ஆனால் உண்மையில், 'சோடி' என்பது தூய்மையான தமிழ் வார்த்தைதான் என்று தமிழண்ணல் எழுதிய ஒரு கட்டுரைமூலம் தெரிந்துகொண்டேன்.

தமிழில் சுவள், சுவடு, சோடு என்ற சொற்களுக்கு இணை *(Pair)* என்ற பொருள் உள்ளதாம், 'அவங்க ரெண்டு பேரும் சுவடியாப் போறாங்க' என்று கிராமத்து வழக்கில் சாதாரணமாகச் சொல்வார்களாம். மொழிஞாயிறு பாவாணரும் இந்தக் கருத்தை உறுதிப்படுத்துகிறார்.

இந்த 'சுவடியா' என்பதுதான் 'சோடியா' என்று மாறி, 'சோடி' என்ற சொல்லாக உருப்பெற்றிருக்கிறது, 'சோடிக் கிளி', 'சோடிக் குயில்' என்று பல திரைப்படப் பாடல்களிலும் இடம்பெற்றிருக்கிறது!

62. வல்லவன்

படம்: அன்பே வா
பாடல்: ராஜாவின் பார்வை ராணியின் பக்கம்
எழுதியவர்: வாலி
இசை: எம். எஸ். விஸ்வநாதன்
பாடியவர்கள்: டி. எம். சௌந்தர்ராஜன், பி. சுசீலா

பாவலன் மறந்த பாடலில் ஒன்று,
பாவையின் வடிவில் பார்த்ததும் இன்று!
தலைவனை அழைத்தேன், தனிமையைச் சொன்னேன்,
தழுவிடக் குளிர்ந்தேன்!

ஒரு கலையைச் சிறப்பாக நிகழ்த்துகிற ஒருவனை 'வல்லவன்' என்கிறோம், அதாவது, அதைச் செய்ய வல்லவன். பின்னர் இது இன்னும் நீண்டு, பலகலை வல்லவன், சகலகலா வல்லவன் என்று பாராட்டாகும்.

'வல்லவன்' என்ற வார்த்தை, சில நேரங்களில் 'வல்லன்' என்று சுருங்கும். உதாரணமாக, 'சொலல்வல்லன், சோர்விலன், அஞ்சான், அவனை இகல்வெல்லல் யார்க்கும் அரிது' என்கிற திருக்குறள்.

'வல்லன்' என்ற வார்த்தை, மீண்டும் சுருங்கி 'வலன்' என்றும் மாறலாம். உதாரணமாக, இன்றைய பாடலில் வரும் 'பாவலன்' என்ற சொல்லை வைத்துக் கொஞ்சம் விளையாட்டாக யோசிப்போம்.

'பாவலன்' என்றால் 'பா வலன்', அதாவது பாடல் எழுத வல்லவன், மரியாதையாகச் சொல்வதென்றால், பாவலர்!

அப்படியானால் 'காவலன்' என்ற வார்த்தையும் இதேமாதிரிதான், 'கா வலன்', அதாவது, காக்க வல்லவன்.

அப்போ, கண்ணகி புருஷன் பெயர் 'கோவலன்' என்று உள்ளதே, அதற்கு என்ன அர்த்தம்?

அது தெரியவில்லை, நம்மாழ்வார் பாடல் ஒன்றில் கண்ணனைக் 'கோவலன்' என்று அழைக்கிறார். அதற்கு ஒரு சுவாரஸ்யமான விளக்கம் சொல்கிறார்கள்.

வடமொழியில் 'கோபாலன்' என்ற சொல்தான் தமிழில் 'கோவலன்' என்று திரிந்துவிட்டதாகச் சொல்லப்படுகிறது. கோ பாலன் என்றால், பசுக்களைப் பராமரிக்கிறவன் / பரிபாலிக்கிறவன், மாடு மேய்க்கும் கண்ணன்.

'கோ வலன்'க்கும் அதேபோல் கொஞ்சம் நீட்டிப் பிடித்து விளக்கம் சொல்லலாம், பசுக்களை மேய்க்க வல்லவன்.

இன்னும் பெட்டர், தமிழில் கோ என்றால் அரசன் என்று அர்த்தம், அரசர்களுக்கெல்லாம் அரசனான, அவர்களையெல்லாம் கட்டி மேய்க்கும் கண்ணனைக் 'கோ வலன்' என்பது பொருத்தம்தானே?

63. கண்ணால கனவுகள்

படம்: எங்க சின்ன ராசா
பாடல்: கொண்டச் சேவல் கூவும் நேரம்
எழுதியவர்: வாலி
இசை: சங்கர் கணேஷ்
பாடியவர்கள்: எஸ். பி. பாலசுப்ரமணியம், எஸ். ஜானகி

அன்னாடம் வெளக்குவெச்சா, அத நெனச்சே எளச்சேனே!
கண்ணாலம் முடியட்டுமே, அதுக்குனுதான் இருக்கேனே!
நாள் கெழம ஒண்ணு பார்க்கணுமா?
ஆக்கிவெச்சா தின்னு தீர்க்கணுமா?

கல்யாணக் கனவுகளில் இருக்கும் ஒரு ஜோடி பாடுவதாக வரும் பாடல் இது. 'தினமும் மாலை வந்ததும் உன்னை நினைத்து என் உடல் இளைக்கிறது!' என்கிறான் அவன், 'என்ன அவசரம்? கல்யாணம் முடியட்டுமே!' என்கிறாள் அவள்.

ம்ஹூம், 'கண்ணாலம் முடியட்டுமே' என்கிறாள்.

கிராமத்து ஜோடி, 'கல்யாண'த்தைக் 'கண்ணாலம்' என்றுதான் சொல்வார்கள். இது ஒரு பெரிய விஷயமா?

அவ்வளவு ஏன்? கல்யாணக் கனவுகளுக்காகவே புகழ் பெற்ற ஸ்ரீவில்லிப்புத்தூர் ஆண்டாள்கூட ஒரு பாடலில் 'கண்ணாலம்' என்ற வார்த்தையைப் பயன்படுத்தியிருக்கிறாள்:

> கண்ணாலம் கோடித்துக் கன்னி தன்னைக் கைப்பிடிப்பான்,
> திண் ஆர்ந்து இருந்த சிசுபாலன் தேசு அழிந்து
> அண்ணாந்து இருக்கவே ஆங்கு அவளைக் கைப்பிடித்த
> பெண்ணாளன் பேணும் ஊர், பேரும் அரங்கமே!

நமக்கெல்லாம் தெரிந்த சினிமாக் கதைதான், கண்ணனைக் காதலித்தாள் ருக்மிணி. ஆனால், அவளுடைய தந்தை பீஷ்மகன் அவளைச் சிசுபாலனுக்குத் திருமணம் செய்துகொள்ளத் தீர்மானித்தான்.

'என்னை மீறி யார் ருக்மிணிமீது கை வைக்கமுடியும்?' என்று அந்தச் சிசுபாலன் தன் வலிமைமீது கர்வம் கொண்டிருந்த நேரம், அவன் அண்ணாந்து பார்த்துக்கொண்டிருக்கையில் ருக்மிணியைக் கொத்திக்கொண்டு போய்விட்டான் கண்ணன். அவன் எழுந்தருளிக் காக்கும் ஊர், ஸ்ரீரங்கம்!

(பின்குறிப்பு: தலைப்பில் 'க்' விடுபட்டிருப்பது சந்திப் பிழையல்ல, சிலேடைக்காகச் செய்யப்பட்ட வம்புப் பிழை ;))

64. உவமைகள் பலவிதம்

படம்: தங்க மகன்
பாடல்: ராத்திரியில் பூத்திருக்கும்
எழுதியவர்: புலமைப்பித்தன்
இசை: இளையராஜா
பாடியவர்கள்: எஸ். பி. பாலசுப்ரமணியம், எஸ். ஜானகி

ராத்திரியில் பூத்திருக்கும் தாமரைதான் பெண்ணோ!
ராஜ சுகம் தேடி வர தூது விடும் கண்ணோ!
சேலைச் சோலையே! பருவ சுகம் தேடும் மாலையே!
பகலும் உறங்கிடும் ராத்திரியில் பூத்திருக்கும் தாமரைதான் பெண்ணோ!

பெண்ணைத் தாமரைக்கு ஒப்பிடுவது பரவாயில்லை, அதென்ன ராத்திரியில் பூத்திருக்கும் தாமரை?

இயற்கையாக, தாமரை பகலில்தான் மலரும். இரவில் கூம்பிவிடும். இதைதான் எல்லா இலக்கியங்களிலும் திரும்பத் திரும்பப் பலமுறை படித்திருக்கிறோம்.

ஆனால் இங்கே, 'ராத்திரியில் பூத்திருக்கும் தாமரை' என்று குறிப்பிட்டுச் சொல்லி அதைப் பெண்ணுக்கு உவமையாக்குகிறார்

புலமைப்பித்தன். உலகத்தில் எங்கும் இல்லாத ஒரு பொருளை உவமையாகச் சொல்வதால், தமிழ் இலக்கணப்படி இதற்கு ‘இல் பொருள் உவமை (அல்லது உருவக) அணி’ என்று பெயர்.

கிட்டத்தட்ட இதேமாதிரி இன்னொரு விஷயம், ‘உயர்வு நவிற்சி அணி’. பல நேரங்களில் இதையும் ‘இல்பொருள் உவமை அணி’யையும் சேர்த்துக் குழப்பிக்கொள்வோம்.

‘நவில்தல்’ என்றால் சொல்லுதல், ‘உயர்வு நவிற்சி அணி’ என்றால், இயல்பான ஒரு விஷயத்தை உயர்வாக, மிகைப்படுத்திச் சொல்லுதல்.

இதேபோல், ‘இயல்பு நவிற்சி அணி’யும் உண்டு. இயல்பான ஒரு விஷயத்தை அப்படியே இயல்பாகச் சொல்லுதல்.

உதாரணமாக, ஒரு பெண்ணைப் பார்த்து, ‘உன்னுடைய குரல் ரொம்ப இனிமை’ என்றால் அது இயல்பு நவிற்சி அணி, ஆனால், ‘உன்னுடைய குரலைக் கேட்டுக் குயில்கள்கூடத் தோற்றுவிட்டன’ என்று சொன்னால், அது உயர்வு நவிற்சி அணி. அவளுடைய குரல் இனிமையானதுதான், ஆனால் ‘குயில்களோடு போட்டி போட்டு ஜெயித்த குரல்’ என்று அதை மிகைப்படுத்துகிறார் கவிஞர்.

கொஞ்சம் லோக்கலாக ஓர் உதாரணம் வேண்டுமென்றால், வீட்டில் பத்தாயிரம் ரூபாய்க்கு ஒரு சோஃபா வாங்குகிறோம், வருகிற விருந்தினர் அதைப் பார்த்து வியக்க, ‘ஆமாங்க, பத்தாயிரம் ரூபாய் விலை’ என்று நான் சொன்னால் இயல்பு நவிற்சி, ‘சும்மாவா? முப்பதாயிரத்துக்கு வாங்கியிருக்கோம்ல’ என்றால், அது உயர்வு நவிற்சி. ‘இதென்ன பெரிய விஷயம்? எங்க சொந்த ஊர்ல இதைவிட மெத்மெத்துன்னு ஒரு சோஃபா இருக்கு’ என்று கதையளந்தால், அது இல்பொருள் :)

மழை பெய்கிறது, அதைப்பற்றி நண்பருக்கு ஃபோனில் சொல்லும்போது, ‘தெருவெல்லாம் வெள்ளம்’ என்றால் இயல்பு நவிற்சி, ‘வெள்ளத்துல நாலஞ்சு திமிங்கிலமே தட்டுப்பட்டதுன்னா பார்த்துக்கோயேன்’ என்றால், அது உயர்வு

நவிற்சி அணி, 'வெள்ளத் தண்ணியில ரெண்டு அன்னம் நீந்தி வருதுய்யா' என்றால், இல்பொருள்.

இந்த விஷயத்தில் இதுவா அதுவா என்று மயக்கம் ஏற்படுவது இயல்பு. உதாரணமாக, ஒரு கம்பன் பாட்டு. ஜாம்பவான் அனுமனைப் புகழ்ந்து சொல்வது: 'மாரி துளிக்கும் தாரை இடுக்கும் வர வல்லீர்.'

மாரி என்றால் மழை, அந்த மழையினால் துளிகள் ஏற்பட்டு, அவை தாரையாகத் தரையை நோக்கிப் பொழிகின்றன, அனுமார் விரும்பினால், மிகச் சிறிய உருவம் எடுத்து, அந்த மழைத் தாரைகளுக்கு நடுவே புகுந்து வந்துவிடுவார்!

இப்போது சொல்லுங்கள், இது இயல்பு நவிற்சியா? உயர்வு நவிற்சியா? இல்பொருளா? :)

65. ஜில்லுன்னு ஒரு காதல்

படம்: நளனும் நந்தினியும்
பாடல்: தூங்காம உன்னை சுத்திச் சுத்தித் திரியுறேன்
எழுதியவர்: நிரஞ்சன் பாரதி
இசை: அஷ்வத்
பாடியவர்கள்: பலராம், சின்மயி

வெயிலும்தான் சுடுமா? அருகில் நீ உள்ளபோது!
பிரிவுதான் சுடுதே! சொல்ல வார்த்தைகள் ஏது!

கம்ப ராமாயணத்தில் ஒரு காட்சி. ராமன் காட்டுக்குச் செல்லத் தயாராகிறான். சீதையிடம், 'நான் ஜஸ்ட் பதினாலு வருஷத்துல திரும்பி வந்துடுவேன், நீ சமர்த்தா வீட்டைப் பார்த்துகிட்டுச் சௌக்கியமா இரு' என்கிறான்.

சீதை மறுக்கிறாள், 'நானும் உம்மோட வருவேன்!' என்கிறாள்.

ராமன் சிரிக்கிறான், 'கண்ணும்மா, காடுன்னா என்ன பிளாஸ்டிக் கூடை, ஜமுக்காளத்தோட பிக்னிக் போற எடம்ன்னு நினைச்சியா? ரொம்ப ஆபத்தான ஏரியா, எப்பப்பார் வெய்யில் கொளுத்தும், சிங்கம், புலி, மிருகங்கள்லாம் வரும், பூச்சிங்க

கடிக்கும், திருடங்க, அரக்கர்ங்க தொல்லைவேற, நீ மென்மையா வளர்ந்தவ, அதெல்லாம் உனக்குச் சரிப்படாதும்மா!'

அதற்கு சீதை சொல்லும் பதிலாகக் கம்பன் எழுதியுள்ள பாடலில் ஒரு பகுதி:

'அருக்கனும்
எரியும் என்பது யாண்டையது? ஈண்டு, நின்
பிரிவினும் சுடுமோ பெரும் காடு?'

'மிஸ்டர் ராமன், என்னவோ அந்தக் காட்டுல சூரியன் சுடும்ன்னு பெருசாப் பயமுறுத்தறீங்களே, உம்மைப் பிரிஞ்சு தனியா வாழற வேதனையைவிடவா அது என்னைச் சுட்டுடும்?'

கம்பனின் அற்புதமான இந்தக் கேள்வியை, இந்தக் காதல் பாடலில் அழகாகப் பயன்படுத்தியிருக்கிறார் நிரஞ்சன் பாரதி. இதைக் கேட்டதுமுதல், 'நின் பிரிவினும் சுடுமோ பெரும் காடு' என்ற வரியைமட்டும் திரும்பத் திரும்பச் சொல்லி ரசித்துக்கொண்டிருக்கிறேன். எத்துணை அழகு!!

66. முதிய நரி

படம்: நாயகன்
பாடல்: நிலா அது வானத்து மேலே
எழுதியவர்: இளையராஜா
இசை: இளையராஜா
பாடியவர்: இளையராஜா

ஓடுற நரியில ஒரு நரி கிழ நரிதான், இங்கு
ஆடுற நரியில பல நரி குள்ள நரிதான்!

சில தினங்களுக்கு முன்னால் இந்தப் பாட்டைக் கேட்டுக்கொண்டிருந்தபோது, இந்த வரியைக் கிண்டலடித்து எழுதியிருந்தேன், இப்படி: ‘ஓடுகின்ற நரிகளிலே ஒன்றுமட்டும் முதிய நரி’.

அதற்கு நண்பர் கருணாகரன் பதிலடியாக, ‘நீங்க சொல்ற பாட்டு எனக்குத் தெரியும்’ என்றார், ‘வெண்ணிலவு வானத்திலே, பெண்ணிலவு ஓடத்திலே, அதானே?’

இந்தப் பாடல் இளையராஜாவே எழுதி, இசையமைத்துப் பாடியது என்பதால், ரெக்கார்டிங்கின்போது காமாசோமாவென்று என்னவெல்லாம் வார்த்தைகள் அவருக்குத் தோன்றியதோ அவற்றை அப்படியே பாடிவிட்டார் என்று நினைக்க வாய்ப்புண்டு. உண்மை அதுவல்ல.

கிராமங்களில் குழந்தைகளுக்கு ர, ற, ன, ண, ந போன்ற உச்சரிப்புகள் சரியாக வரவேண்டும் என்பதற்காகச் சில வேடிக்கை வாசகங்களைத் திரும்பத் திரும்பச் சொல்லச் செய்வார்கள், அதன்மூலம் அவர்களுடைய நாக்கும் உதடுகளும் சரியான இடத்தில் சரியானபடி மடங்கும், உச்சரிப்புப் பிழைகள் இராது.

அப்படி ஒரு வாக்கியம்: 'ஓடுகிற நரியிலே ஒரு நரி சிறு நரி, சிறு நரி முதுகிலே ஒரு பிடி நரை மயிர்'.

கூச்சப்படாமல் வாய்விட்டுச் சொல்லிப்பாருங்கள், குழந்தைகளுக்கும் சொல்லிக்கொடுங்கள், ரகரமும் றகரமும் சரியாகக் கலந்து வரும்போது வரும் அழகான ஒலி உங்களைக் கிறங்கடிக்கும்!

67. கொடி அசைந்தும்...

படம்: போலீஸ்காரன் மகள்
பாடல்: நிலவுக்கு என்மேல் என்னடி கோபம்
எழுதியவர்: கண்ணதாசன்
இசை: விஸ்வநாதன் ராமமூர்த்தி
பாடியவர்: பி. பி. ஸ்ரீனிவாஸ்

குலுங்கும் முந்தானை,
சிரிக்கும் அத்தானை விரட்டுவ(து) ஏனடியோ?
உந்தன் கொடி இடை இன்று,
படைகொண்டு வந்து கொல்வதும் ஏனடியோ!

காதலியின் கொடி இடையைப் பார்த்தால், பெரும்பாலானோர் கிளுகிளுப்பாக உணர்வார்கள், அல்லது கிறுகிறுத்துப்போவார்கள், ஏனோ, இந்தக் காதலனுக்கு மட்டும் அவள் இடையைப் பார்த்துக் கிலி பிடித்துவிடுகிறது!

இடையைப் பார்த்தால் இச்சைதானே வரணும், அச்சம் ஏன் வந்தது? கண்ணதாசன் ஏன் இப்படி எழுதவேண்டும்?

போர் வந்தால் இரு தரப்பினரும் கொடி பிடித்துச் செல்வார்கள், அதில் ஈடுபடுகிற தேர்களின்மீதும் அந்தந்த அரசர்களின் கொடி பறக்கும்.

அதனால், இங்கே காதலியின் கொடி போன்ற இடையைப் பார்த்தவுடன், காதலனுக்குப் போர் ஞாபகம் வந்துவிடுகிறது. 'அடியே, இப்படிக் கொடி இடையை அசைத்து அசைத்து நடக்கிறாயே, இதன் அர்த்தம் என்ன? அடுத்து ஒரு பெரிய படையைக் கொண்டுவரப்போகிறாயா? என்மீது காதல் போர் தொடுக்கப்போகிறாயா?' என்று கேட்கிறான்.

ஒரு பெண்ணை வர்ணிக்கும்போது போர், ராணுவமெல்லாம் ஞாபகம் வரலாமா?

தாராளமாக வரலாம். இந்த விஷயத்தில் கண்ணதாசனுக்கு முன்னோடிக் கவிஞர்கள் பலர் உண்டு. உதாரணமாக, புகழேந்தி எழுதிய நளவெண்பாப் பாடல் ஒன்றில், ஆட்சி இயல் சம்பந்தப்பட்ட அனைத்து அம்சங்களையும் பெண்மீது பொருத்திச் சொல்கிறார். இப்படி:

> நால்குணமும் நால் படையா, ஐம்புலனும் நல் அமைச்சா,
> ஆர்க்கும் சிலம்பே அணி முரசா, வேல் படையும்
> வாளுமே கண்ணா, வதன மதிக் குடைக் கீழ்
> ஆளுமே பெண்மை அரசு!

தமயந்தி என்கிற பெண்ணை அன்னம் வர்ணிக்கிறது, 'அவள் ஒரு பெரிய மஹாராணி, தெரியுமா?'

'நிஜமாகவா?' நளன் ஆச்சர்யப்படுகிறான், 'எந்த நாட்டுக்கு மஹாராணி?'

'இன்னொரு நாடு தேவையா? அவளே ஒரு நாடு, அதற்கு அவளே மஹாராணி!' என்கிறது அன்னம்.

'கொஞ்சம் விளக்கமாகச் சொல்லேன், ப்ளீஸ்!'

'அச்சம், மடம், நாணம், பயிர்ப்பு என்கிற பெண்மைக்குரிய நான்கு குணங்களும் அவளுக்கு உண்டு, அவையே அவளது நான்கு வகைப் படைகளைப்போல.'

'வெறும் ராணுவம் மட்டும் போதுமா? அமைச்சர்கள் வேண்டுமே!'

‘கண், காது, மூக்கு, வாய், உடல் என்ற ஐந்து புலன்களும்தான் அவளுடைய அமைச்சர்கள்.’

‘அப்படியானால், அரசர்களுக்கே உரிய முரசு?’

‘அதுவும் உண்டு! நடக்கும்போது சத்தமிடும் சிலம்புதான் அவளுடைய முரசு.’

‘அரசர்கள் எப்போதும் வேல், வாள் போன்ற ஆயுதங்களை வைத்திருப்பார்களே.’

‘அது இல்லாமலா? அவளுடைய ஒரு கண்ணில் வேல், இன்னொரு கண்ணில் வாள்.’

‘எல்லாம் சரி, வெண்கொற்றக் குடை?’

‘நிலவு போன்ற அவளுடைய அழகிய முகம், அதைவிடச் சிறந்த வெண்கொற்றக் குடை எங்கே உண்டு?’

‘அப்படியானால்...’

‘ராணுவமும் அமைச்சர் படையும் முரசும் ஆயுதங்களும் வெண்கொற்றக்குடையுமாக, தன்னுடைய பெண்மை அரசாங்கத்தை ஆட்சி செய்கிறாள் அந்தத் தமயந்தி!’

68. ஆறு நூறாகும்

படம்: மக்களைப் பெற்ற மகராசி
பாடல்: மணப்பாறை மாடு கட்டி
எழுதியவர்: மருதகாசி
இசை: கே. வி. மகாதேவன்
பாடியவர்: டி. எம். சௌந்தர்ராஜன்

ஆத்தூரு கிச்சடிச் சம்பா பாத்து வாங்கி வெத வெதச்சு
நாத்தப் பறிச்சு நட்டுப்போடு சின்னக்கண்ணு, தண்ணிய
ஏத்தம் பிடிச்சு எறச்சுப் போடு செல்லக்கண்ணு!
கருத நல்லா விளையவெச்சு, மருத ஜில்லா ஆள வெச்சு அறுத்துப் போடு!

சமீபத்தில் சீனாவில் அரிசி விளைச்சல் எப்படி நடக்கிறது என்பதுபற்றி ஒரு காமிக்ஸ் புத்தகம் பார்த்தேன். அந்த ஊர் விவசாயத்தின் ஒவ்வொரு படியையும் கதைபோல, அழகான ஓவியங்களுடன் எளிய ஆங்கிலத்தில் குழந்தைகளுக்குப் புரியும்படி விளக்கியிருந்தார்கள்.

அந்தப் புத்தகத்தைப் படித்த என் மகள், 'அப்பா, நாம இப்போ சாப்பிடற அரிசியெல்லாம் சீனாவிலேர்ந்துதான் வருதா?' என்று கேட்டாள்.

'இல்லை கண்ணு, இதெல்லாம் நம்ம ஊர்ல விளையறதுதான்' என்றேன்.

'அப்போ நம்ம ஊர்ல விவசாயம் எப்படி நடக்குதுன்னு தெரிஞ்சுக்கணுமே, ஏதாவது புக் இருக்கா?'

'தேடிப் பார்க்கறேன்' என்று அவளிடம் சொன்னேனே தவிர, அப்படி எதுவும் புத்தகம் தமிழில் எழுதப்பட்டிருக்குமா என்பது சந்தேகமே. நாம்தான் விவசாயம், ராணுவம் போன்ற அத்தியாவசியமான பணிகளையெல்லாம் *'taken for granted'* ஆகக் கண்டுகொள்ளாமல் விடுவதில் கைதேர்ந்தவர்களாயிற்றே!

நேற்றைக்கு, நண்பர் வினோத் அனுப்பிய ஓர் இணைப்பில் இந்த 'மணப்பாறை மாடு கட்டி' பாடலைக் கேட்டுக்கொண்டிருந்தபோது, அந்த ஆதங்கம் தீர்ந்தது. நம் ஊர் விவசாயத்தின் அத்துணை அம்சங்களையும் எளிமையாக ஒரு பாட்டுக்குள் சொல்லிவிட்டார் மருதகாசி:

★ (ஏரில்) மாட்டைக் கட்டுதல்

★ வயலை உழுதல்

★ (உரமாகப்) பசும் தழையைப் போடுதல்

★ நல்ல விதை நெல்லைத் தேர்ந்தெடுத்து வாங்குதல்

★ விதைத்தல்

★ நாற்றைப் பறித்து வேறு இடத்தில் நடுதல்

★ ஏற்றம் பிடித்துத் தண்ணீர் பாய்ச்சுதல்

★ நெற்கதிர்கள் நன்கு விளைந்தவுடன், அவற்றை அறுவடை செய்தல்

★ அறுத்த நெற்கதிர்களை களத்துமேட்டில் அடித்துத் தூற்றுதல்

★ நெல்மணிகளை அளந்து மூட்டைகளாகக் கட்டுதல்

★ மூட்டைகளை வண்டியில் ஏற்றுதல்

★ சந்தைக்குக் கொண்டுசெல்லுதல்

★ நெல் தேவைப்படும் வியாபாரிகளிடம் விற்பனை செய்தல்

★ நிறைவாக, விற்பனைப் பணத்தை எண்ணுதல்

மருதகாசி அதோடு நிறுத்துவதில்லை, அந்தப் பணத்தை எப்படிச் செலவு செய்யவேண்டும் என்றும் சொல்லிவிடுகிறார், ‘விவசாயம் செய்யத் தெரிந்த உனக்கு, அதைச் சிக்கனமாகச் செலவழிக்கத் தெரியாது, உங்க அம்மா கையில் கொடுத்துவிடு, அவர்கள் ஆறை நூறாகப் பெருக்குவார்கள்’ என்று நிறைவு செய்கிறார்.

கேட்பதற்கு எளிமையாகத் தோன்றும் இந்தப் பாடல், எழுதுவதற்கு மிகவும் சிரமமானது. விஷயத்தையும் நிறைவாகச் சொல்லவேண்டும், எதுகை, மோனை, இயைபுக்கும் குறைச்சல் இருக்கக்கூடாது.

மருதகாசி இந்தப் பாடலை எழுதியபிறகு மெட்டு அமைத்தார்களா, அல்லது ஏற்கெனவே அமைக்கப்பட்ட மெட்டு ஒன்றில் இந்த அம்சங்கள் அனைத்தையும் அவர் கச்சிதமாகப் பொருத்தினாரா என்பது தெரியவில்லை. எதுவானாலும், நிச்சயம் பெரிய சாதனைதான்!

69. அகரம் நீ!

படம்: சரஸ்வதி சபதம்
பாடல்: அகரமுதல எழுத்தெல்லாம்
எழுதியவர்: கண்ணதாசன்
இசை: கே.வி. மகாதேவன்
பாடியவர்: டி.எம். சௌந்தர்ராஜன்

அகர முதல எழுத்தெல்லாம் அறியவைத்தாய், தேவி!
ஆதி பகவன் முதல் என்றே உணரவைத்தாய், தேவி!
இயல், இசை, நாடக தீபம் ஏற்றிவைத்தாய் நீயே!
ஈன்றவர் நெஞ்சை இன்று குளிரவைத்தாய் தாயே!
உயிர், மெய் எழுத்தெல்லாம் தெரியவைத்தாய்,
ஊமையின் வாய் திறந்து பேச வைத்தாய்,
எண்ணும் எழுத்து என்னும் கண் திறந்தாய்,
ஏற்றம் தரும் புலமை ஆற்றல் தந்தாய்,
ஐயம் தெளியவைத்து அறிவு தந்தாய்,
ஒலி தந்து, மொழி தந்து குரல் தந்தாய்,
ஓம்கார இசை தந்து உயரவைத்தாய், தேவி!

தமிழின் உயிர் எழுத்துகள் வரிசையில் கண்ணதாசன் எழுதிய பக்திப் பாடல் இது. கே. வி. மகாதேவனின் இசை, டி.எம்.எஸ். அவர்களின் கம்பீரமான குரலால் இன்னும் அழகு பெற்றது.

இந்தப் பாடலை எழுதிப் பல ஆண்டுகளுக்குப்பிறகு, இதே பாணியில் இயேசுநாதரைப்பற்றியும் ஒரு பாடல் எழுதியிருக்கிறார் கண்ணதாசன். அவரது புகழ் பெற்ற 'இயேசு காவியம்' நூலில் இடம்பெற்ற கவிதை அது:

அடுத்தவர் இடத்தில் அன்பு காட்டியும்
ஆடல், பாடல் அணுகாதிருந்தும்,
இழந்தோர் இடத்தே இரக்கம் மிகுந்தும்
ஈகை உதவி இதயம் மலர்ந்தும்
உறவோர் இடத்து உள்ளன்பு வைத்தும்
ஊரார் புகழப் பணிவுடன் நடந்தும்
என்றும் தந்தை எதைச் சொன்னாலும்
ஏற்று முடித்தும் இயல்புற வாழ்ந்தும்
ஐயம் தவிர்க்க ஆசானை அணுகியும்
ஒத்த வயதே உடையோர் இடத்து
ஓதும் பொருளில் உயர்ந்தே நின்றும்...

கண்ணதாசன் இதோடு நிறுத்தவில்லை, க, கா, கி, கீ வரிசையில் கவிதையைத் தொடர்கிறார். இப்படி:

கன்னித் தாயின் காலடி வணங்கியும்
காலம் அறிந்து கணக்குற வாழ்ந்தும்
கிட்டாதாயின் வெட்டென மறந்தும்
கீழோர், மேலோர் பேதம் இன்றியும்
குணத்தில் தேவ குமாரன் என்று உலகம்
கூப்பி வணங்கக் குறைகள் இலாமலும்
கெட்ட பழக்கம் எட்டா நிலையில்
கேடுகள் எதையும் நாடாத அளவில்
கைத்தலத்துள்ளே காலத்தை அடக்கியும்
கொஞ்சி வளர்ந்து குழந்தையில் இருந்து
கோமகன் வயதில் ஆறிரண்டு அடைந்தார்!

70. மீனாக் கண்ணு!

படம்: பூந்தோட்டக் காவல்காரன்
பாடல்: சிந்திய வெண்மணி
எழுதியவர்: கங்கை அமரன்
இசை: இளையராஜா
பாடியவர்கள்: கே. ஜே. யேசுதாஸ், பி. சுசீலா

சேலாடும் கண்ணில், பாலூறும் நேரம்,
செவ்வானம் எங்கும், பொன் தூவும் கோலம்!

'சேல்' என்ற வார்த்தையைப் பழைய (அதாவது, கருப்பு வெள்ளைப்) பாடல்களில் நிறைய கேட்கலாம். தமிழ் மொழி கொஞ்சம் நவீன வடிவத்தைப் பெற்றபிறகு, பேச்சுவழக்கில் இல்லாத காரணத்தாலோ என்னவோ, திரைக் கவிஞர்கள் இந்த வார்த்தையை முற்றிலுமாகத் தவிர்த்துவிட்டார்கள்.

அபூர்வமாக, கங்கை அமரன் இதைப் பயன்படுத்தியிருக்கிறார், மிக அழகான உவமையாக!

'சேல்' என்றால் கெண்டை மீன். அந்த மீனைப்போன்ற பெரிய, அகன்று விரிந்த கண்களைக் கொண்ட பெண்ணைச் 'சேல்விழியாள்' என்று சொல்வார்கள்.

உதாரணமாக, திருப்புகழ் பாடல் ஒன்றில் அருணகிரிநாதர் வள்ளியை இப்படி வர்ணிக்கிறார்: கொஞ்சு வார்த்தை கிளி, தண் கண் சேல், குன்ற வேட்டிச்சி!

அதாவது, கிளிபோல் கொஞ்சுகிற வார்த்தைகளையும், தண்ணீரில் எந்நேரமும் மிதப்பதால் குளிர்ந்திருக்கும் கெண்டை மீனைப்போன்ற கண்களையும் கொண்ட, குன்றில் வாழ்கிற வேடுவப் பெண்!

கங்கை அமரனின் சொல்லாட்சி ஒருபுறமிருக்க, இந்தப் பாடலில் எனக்கு மிகவும் பிடித்த வரி, 'பெண் என்னும் வீட்டில் நீ செய்த யாகம்'. கர்ப்பம் தாங்குதலை இதைவிட எளிமையாகவும் சுருக்கமாகவும் உயர்வாகவும் சொல்லிவிடமுடியுமா என்ன!

71. நானே எனக்கு என்றும் நிகரானவன்!

படம்: முரட்டுக் காளை
பாடல்: பொதுவாக என் மனசு தங்கம்
எழுதியவர்: பஞ்சு அருணாசலம்
இசை: இளையராஜா
பாடியவர்: மலேசியா வாசுதேவன்

பொதுவாக என் மனசு தங்கம், ஒரு
போட்டியின்னு வந்துவிட்டா சிங்கம்!
உண்மையே சொல்வேன், நல்லதே செய்வேன்,
வெற்றி மேல் வெற்றி வரும்!

அன்றுமுதல் இன்றுவரை பல ஹீரோக்களுக்கு இதுபோன்ற 'மாஸ் ஓபனிங்' பாடல்களைக் கேட்டிருக்கிறோம். அதில் கதாநாயகர் தன்னுடைய புகழைத் தானே பலவிதமாகப் பாடிக்கொள்வார். சுற்றியிருக்கிறவர்கள் கோரஸ் குரலில் அதற்கு 'ஆமாம் சார்' போடுவார்கள்.

இது ஏதோ புதுப்பழக்கம் என்று எண்ணி முகம் சுளிக்காதீர்கள். நம்முடைய இலக்கியங்களில் இது நிறைய உண்டு. அதற்கென்று தனியாக இலக்கணமும் வகுக்கப்பட்டிருக்கிறது.

‘தண்டியலங்காரம்’ என்ற இலக்கண நூல், இந்த வகைப் பாடல்களைத் ‘தன் மேம்பாட்டு உரை அணி’ என்று அழைக்கிறது. இதற்கான வரையறை: ‘தான், தன் புகழ்வது தன் மேம்பாட்டு உரை’ அதாவது, ஒருவர் தன்னைத் தானே புகழ்ந்துகொள்வது, தன்னுடைய மேம்பாட்டை / உயர்வைச் சொல்வது.

சினிமா ஹீரோக்கள் மட்டுமல்ல, நாம் எல்லாருமே இந்தத் ‘தன் மேம்பாட்டு உரை அணி’யில் ஓரிரு வரிகளாவது நிச்சயம் எழுதியிருப்போம், குறைந்தபட்சம் வேலைக்கு அப்ளிகேஷன் போடும்போதும், கல்யாணத்துக்கு மாப்பிள்ளை அல்லது பெண் தேடும்போதும்! :)

72. பார்வை ஒன்றே போதுமே!

படம்: கற்பகம்
பாடல்: பக்கத்து வீட்டுப் பருவ மச்சான்
எழுதியவர்: வாலி
இசை: விஸ்வநாதன் ராமமூர்த்தி
பாடியவர்: பி. சுசீலா

மனசுக்குள்ளே தேரோட்ட,
மை விழியில் வடம் புடிச்சான்!

தரையில் நடந்து சென்ற ராமனும், கன்னிமாடத்தில் நின்ற சீதையும் ஒருவரை ஒருவர் முதன்முறை பார்க்கிறார்கள். அந்தக் காட்சியில் கம்பனின் அட்டகாசமான பாடல் இது:

பருகிய நோக்கு எனும் பாசத்தால் பிணித்து
ஒருவரை ஒருவர் தம் உள்ளம் ஈர்த்தலால்,
வரி சிலை அண்ணலும், வாள் கண் நங்கையும்
இருவரும் மாறிப் புக்கு இதயம் எய்தினர்!

சுருக்கமாகச் சொன்னால், ராமன், சீதை இருவரும் ஒருவர் இதயத்தில் மற்றவர் மாறிப் புகுந்தார்கள்!

அதெப்படி சாத்தியம்? இவன் கீழே இருக்கிறான், அவள் உயரத்தில் இருக்கிறாளே!

அதனால் என்ன? கண் சிமிட்டாமல் ஒருவரை ஒருவர் விழுங்குவதுபோல் பார்த்துக்கொண்டிருக்கிறார்களல்லவா? அந்த ஆசைப் பார்வையையே கயிறாக வர்ணித்துவிடுகிறார் கம்பர்.

மேலேயிருந்து சீதையின் பார்வை எனும் கயிறு கீழே வருகிறது, அதில் ஏறி ராமனின் இதயம் அங்கே செல்கிறது, அதேபோல், ராமனின் பார்வை எனும் கயிறில் இறங்கிச் சீதையின் இதயம் இங்கே வருகிறது. கையில் வில் ஏந்திய ராமனும், கண்ணில் வாள் ஏந்திய சீதையும் ஈருடல், ஓருயிர் என்றாகிவிடுகிறார்கள்.

காதல் பார்வையைக் கயிறாக வர்ணிக்கும் இந்த அருமையான உவமைக்குத் தலை வாரிப் பூச்சூட்டி மிக அழகாக இந்தத் திரைப்பாடலில் பயன்படுத்துகிறார் வாலி, அவளுடைய மை விழிப் பார்வையையே வடமாகக் கொண்டு, அவள் மனத்துக்குள் இவன் தேரோட்டுகிறானாம்!

அருமையான இந்த வரியைக் கேட்டு மகிழ்ந்துபோனார் கண்ணதாசன், ஒரு மேடையில் 'வாலியை என் வாரிசு என்பேன்' என்று பகிரங்கமாக அறிவித்தார்.

திரைப்பாடல்கள் எழுதுவதில் தனக்குப் போட்டியாக வளர்ந்துவரும் ஒரு கவிஞரை, இப்படி வெளிப்படையாகப் பாராட்டுவதற்கு ஒரு மனம் வேண்டுமல்லவா!

On a different context, பாரதியார் சொன்னதுதான் நினைவு வருகிறது, 'திறமான புலமை எனில், வெளிநாட்டார் அதை வணக்கம் செய்தல் வேண்டும்!'

73. தென்றல் பாதை

படம்: மவுனராகம்
பாடல்: மன்றம் வந்த தென்றலுக்கு
எழுதியவர்: வாலி
இசை: இளையராஜா
பாடியவர்: எஸ். பி. பாலசுப்ரமணியம்

மன்றம் வந்த தென்றலுக்கு,
மஞ்சம் வர நெஞ்சம் இல்லையோ!

'மன்றம்' என்ற சொல் இப்போதும் புழக்கத்தில் உள்ள ஒன்றுதான், ஆனால் இதைப் பெரும்பாலும் நாம் தனித்துப் பயன்படுத்துவதில்லை. வேறு சொற்களோடு சேர்த்துச் சொல்கிறோம். உதாரணமாக:

பட்டி மன்றம்
நீதி மன்றம்
இளைஞர் மன்றம்
தமிழ் மன்றம்
ரசிகர் மன்றம்
நற்பணி மன்றம்

இந்தச் சொற்கள் எல்லாவற்றிலும் 'மன்றம்'க்கு ஒரே பொருள்தான். அது என்ன என்று ஊகிக்கமுடிகிறதா?

பொதுவாக 'மன்றம்' என்றால் குழு *(Group)* என்றுதான் நாம் நினைத்துக்கொண்டிருக்கிறோம். ஆனால், 'மன்றம் வந்த தென்றலுக்கு' என்றால் என்ன அர்த்தம்? குழுவில் உள்ளவர்களுக்கு நடுவே புகுந்து வருகிறதா தென்றல்?

இருக்கட்டும். கொஞ்சம் பழங்கதை பேசிவிட்டு இதற்கு மீண்டும் வருவோம்.

சிலப்பதிகாரத்தை எழுதியவர் இளங்கோவடிகள். ஆனால், அவருக்குக் கோவலன், கண்ணகி கதையைச் சொன்னவர் சீத்தலைச் சாத்தனார்.

அப்படியானால், சீத்தலைச் சாத்தனாருக்கு அந்தக் கதை எப்படித் தெரிந்தது?

இதை அவர் விவரிக்கும்போது "மன்றப் பொதியிலில் வெள்ளியம்பலத்து நள் இருள் கிடந்தேன், மதுரை மாதெய்வம் வந்து தோன்றி இந்தக் கதையைச் சொன்னது" என்கிறார்.

அதாவது, ஒரு மன்றத்தில் சீத்தலைச் சாத்தனார் தூங்கிக்கொண்டிருக்கும்போது, மதுரை நகரின் காவல் தெய்வம் அவர்முன்னே தோன்றுகிறது, கோவலன், கண்ணகி கதையைச் சொல்கிறது.

இந்தப் பின்னணியோடு, வாலியின் இந்த வரிகளை இன்னொரு முறை படித்துப் பாருங்கள், 'மன்றம்' என்ற சொல்லின் பொருள் பளிச்சென்று தெரிந்துவிடும்.

'மன்றம்' என்றால், பொது இடம், இவருக்குதான் சொந்தம் என்று இல்லாமல், பலரும் கூடுகின்ற இடம், ஒரு வீட்டின் வரவேற்பு அறைபோல என்று சொல்லலாம்.

அதே வீட்டில் ஒரு படுக்கை அறை தனிப்பட்ட சிலரின் பயன்பாட்டுக்காகமட்டும் இருக்குமல்லவா, அதைதான் 'மஞ்சம்'

என்கிறார் வாலி. ‘ஊரார் முன்னால் என்னைத் திருமணம் செய்துகொண்டவளுக்கு, என்னுடன் வாழ விருப்பமில்லை’ என்று கதாநாயகன் புலம்புவதாக, தென்றலை உவமையாக வைத்துப் பாடுகிறார்.

‘மன்றம்’ என்ற சொல்லின் பொருளை நினைவில் வைத்துக்கொள்ள இன்னோர் எளிய உதாரணம், அதுவும் தென்றலை ஜோடி சேர்த்துக்கொண்டதுதான், ‘இந்த மன்றத்தில் ஓடி வரும் இளம் தென்றலைக் கேட்கின்றேன்!’

74. புல்லினுள் சுழலும் இசை

படம்: காதலர் தினம்
பாடல்: ரோஜா ரோஜா
எழுதியவர்: வாலி
இசை: ஏ. ஆர். ரஹ்மான்
பாடியவர்: உன்னி கிருஷ்ணன்

இளையவளின் இடை ஒரு நூலகம், படித்திடவா பனி விழும் இரவுகள் ஆயிரம்!
இடைவெளி எதற்கு, சொல் நமக்கு, உன் நாணம் ஒருமுறை விடுமுறை எடுத்தால் என்ன?
'என்னைத் தீண்டக் கூடாது' என வானோடு சொல்லாது வங்கக்கடல்,
'என்னை ஏந்தக் கூடாது' என கையோடு சொல்லாது புல்லாங்குழல்!

தமிழில் 'குழல்' என்ற பெயர்ச்சொல், 'குழலுதல்' என்கிற வினைச்சொல்லில் இருந்து வந்தது. இதன் அர்த்தங்கள், சுருள்தல், வளைதல் போன்றவை.

கம்ப ராமாயணத்தில் சீதையைச் சந்திக்கும் அனுமன், அவளுக்கு நம்பிக்கை வரவேண்டும் என்பதற்காக ராமனைப்பற்றி நிறைய பேசுகிறான், அவரது தோற்றத்தை வர்ணிக்கிறான். அதில் ஒரு பாடல், ராமனின் தலைமுடியைப்பற்றியது, 'நீண்டு, குழன்று, நெய்த்து, இருண்டு...' என்று தொடங்கும்.

அதாவது, ராமனின் தலைமுடி நீண்டது, சுருண்டது, நெய் பூசியதுபோல் பளபளப்பானது, இருண்டது (கருமையானது)... இப்படித் தொடங்கி இன்னும் நிறைய வர்ணிக்கிறான் அனுமன்.

இங்கே நமக்கு முக்கியம், 'குழன்று' என்ற வார்த்தை, 'சுழன்று' அல்ல, 'குழன்று', அதாவது, சுருண்டு, அல்லது வளைந்து!

இப்படிக் குழன்று வருவதால்தான், தலைமுடிக்கே 'குழல்' என்று பெயர் வந்தது. 'கட்டோடு குழலாட ஆட' போன்ற பல பாடல்களில் இதைப் பார்த்திருக்கிறோம்.

அது சரி, ஆனால் அதே பெயரை இசைக்கருவியாகிய குழலுக்கும் வைத்தது ஏன்?

ஒன்றல்ல, இரண்டு காரணங்கள் சொல்லலாம்:

முதல் காரணம், வடிவ அமைப்பில் பார்த்தால், குழல் / குழாய் என்பது, ஒரு நீண்ட பட்டை சுருண்டு சுருண்டு அமைந்ததுபோல்தான் தெரியும், சின்ன வயதில் பென்சிலின்மீது நீளப் பட்டைக் காகிதத்தைச் சுற்றி விளையாடியவர்களுக்கும், ஒரு குழலின்மீது உட்கார்ந்திருக்கும் இருவண்ண ஜவ்வு மிட்டாயை இழுத்து வாங்கித் தின்றவர்களுக்கும் இது நன்றாகத் தெரியும்!

இன்னொரு காரணம், குழலின் ஒரு முனையில் ஊதப்படும் காற்று, உள்ளே வளைந்து ஓடி (அதாவது, குழன்று) வெவ்வேறு துளைகளின் வழியே வெளிவந்து இனிமையான இசையாகக் கேட்கிறது, 'வளையாத மூங்கிலில் ராகம் வளைஞ்சு ஓடுதே' என்று பழநிபாரதி எழுதினாற்போல!

'குழல்' சரி, அதென்ன 'புல்லாங்குழல்'?

இந்தச் சொல்லை நாம் புல் ஆம் குழல் என்று பிரியும். அதாவது, புல்லால் ஆன குழல் என்று பொருள்.

என்னது? புல்லா? அது மூங்கிலால் ஆனதல்லவா?

உண்மைதான். ஆனால், தாவரவியல்ரீதியில் பார்த்தால், மூங்கில் என்பதே மரம் அல்ல, ஒருவகைப் புல்தான், என்ன, கொஞ்சம் தடிமனான புல்!

அப்படியானால், குழல்போல இனிமையாகக் கூவும் குயிலைப் 'புள்ளாங்குழல்' என்றுகூட நாம் அழைக்கலாமோ?

75. காய் நிலவும் கனி நிலவும்

படம்: பலே பாண்டியா
பாடல்: அத்திக்காய் காய் காய்
எழுதியவர்: கண்ணதாசன்
இசை: விஸ்வநாதன், ராமமூர்த்தி
பாடியவர்கள்: டி.எம்.சௌந்தர்ராஜன், பி. சுசீலா,
பி.பி. ஸ்ரீனிவாஸ், ஜமுனா ராணி

அத்திக்காய் காய் காய், ஆலங்காய் வெண்ணிலவே,
இத்திக்காய் காயாதே, என்னைப்போல் பெண்ணல்லவோ!
கன்னிக்காய், ஆசைக்காய், காதல் கொண்ட பாவைக்காய்,
அங்கே காய், அவரைக் காய், மங்கை எந்தன் கோவைக்காய்!

ஒரு படை வீரன், கடமை அழைக்க, போர்க்களத்துக்குச் சென்றுவிடுகிறான்.

அவனைப் பிரிந்து வாடும் காதலி, தவிக்கிறாள், துடிக்கிறாள், வானத்தில் இருக்கும் முழுச் சந்திரனும் அவளுக்குச் சூரியனைப்போல் சுடுகிறது. அதைப் பார்த்துப் பேசுகிறாள்:

'அத்திக்காய்க் காய் காய், ஆலங்காய் வெண்ணிலவே,
இத்திக்காய்க் காய்ந்துனக்கு என்ன பயன்?'

இங்கே அத்திக்காய், ஆலங்காய் என்பவை காய்களின் பெயர்கள் அல்ல, 'ஆலத்தைப்போலக் (அதாவது, விஷத்தைப்போலக்) காய்கிற (அதாவது, சுடுகிற) வெண்ணிலவே, அத் திக்காய் (அதாவது, அந்தத் திக்காக, என் காதலன் இருக்கும் அந்தத் திசையில்) சென்று காய்வாயாக, இத் திக்காய் (அதாவது, இந்தத் திக்கில், நான் இருக்கும் இந்தத் திசையில்) மட்டும் காய்வதால் உனக்கு என்ன பயன்?' என்கிறாள் அந்தப் பெண்.

இதன் அர்த்தம், 'நிலவே, நீ என்னையே சுட்டுகிட்டிருக்கியே, என்னைப் பிரிவுத் துன்பத்தில வாடவைக்கற அந்தக் காதலன் இருக்கற திசையிலும் போ, அவனையும் கொஞ்சம் நல்லாச் சுடு, அப்போதாவது அந்தப் பயலுக்கு என் ஞாபகம் வருதான்னு பார்ப்போம்!'

அவள் அதோடு நிறுத்தவில்லை, 'பற்றில் அவரைக் காய், கோவைக் காய்' என்கிறாள். அதாவது, (என்மீது) பற்று இல்லாத என் காதலனைச் சுடு, அவனைப் போருக்கு அழைத்துச் சென்ற அவனுடைய தலைவன் (கோ) இருக்கிறானே, அவனையும் சுடு!'

இத்தனை சூட்டையும், ஒரு சந்தோஷமான காதல் பாட்டுக்குள் கண்ணதாசன் எப்படிக் கச்சிதமாக இறக்கியிருக்கிறார் என்று மேலே படித்துப் பாருங்கள்!

76. விளையாட வா நிலவே!

படம்: மின்சாரக் கனவு
பாடல்: வெண்ணிலவே வெண்ணிலவே
எழுதியவர்: வைரமுத்து
இசை: ஏ. ஆர். ரஹ்மான்
பாடியவர்கள்: ஹரிஹரன், சாதனா சர்கம்

வெண்ணிலவே, வெண்ணிலவே,
விண்ணைத் தாண்டி வருவாயா? விளையாட ஜோடி தேவை!
இந்த பூலோகத்தில் யாரும் பார்க்கும் முன்பே உன்னை அதிகாலை அனுப்பிவைப்போம்!

குழந்தை விளையாடத் துணையாக, நிலவை அழைப்பது பிள்ளைத்தமிழின் இலக்கணம். அங்கே இதனை 'அம்புலிப் பருவம்' என்று அழைப்பார்கள்.

இதற்கு மிகச் சிறந்த உதாரணம், பெரியாழ்வார் தன்னை யசோதையாகக் கற்பனை செய்துகொண்டு, குழந்தைக் கண்ணனை வர்ணிக்கும்விதமாக அமுதில் கோல் தோய்த்து எழுதிய நாலாயிரம் திவ்யப் பிரபந்தப் பாடல்கள், அவற்றுள் ஒன்றுமட்டும் இங்கே:

என் சிறுக்குட்டன், எனக்கு ஓர் இன் அமுது எம்பிரான்,
தன் சிறு கைகளால் காட்டிக் காட்டி அழைக்கின்றான்,
அஞ்சன வண்ணனோடு ஆடல் ஆட உறுதியேல்
மஞ்சில் மறையாதே, மாமதீ! மகிழ்ந்து ஓடி வா!
நிலாவே,

என் சின்னப் பிள்ளை கண்ணன், எனக்கு இனிய அமுதம் போன்றவன், அவன் தன்னுடைய சின்னக் கைகளை மேலே காட்டிக் காட்டி உன்னை விளையாட அழைக்கிறான்,

அந்தக் கார்மேக வண்ணனோடு விளையாட உனக்கு ஆசை இல்லையா? ஏன் மேகத்தில் மறைந்துகொள்கிறாய்? மகிழ்ச்சியாக இங்கே ஓடி வா!

குழந்தைக்கு விளையாட்டுத் துணையாகும் நிலவை, இங்கே வளர்ந்த இருவர் விளையாட விரும்பி அழைப்பதாகக் கொஞ்சம் வித்தியாசமாகக் கற்பனை செய்துள்ளார் வைரமுத்து.

ஏற்கெனவே இரண்டு பேர் இருக்கும்போது, மூன்றாவதாக ஒரு விளையாட்டுத் தோழன் தேவையா? உண்மையில் அவர்கள் அழைப்பது வானத்தில் உள்ள நிலவைத்தானா?

இந்தக் கதையின்படி, அவர்கள் இருவரும் ஒருவரை காதலிக்கிறார்கள், ஆனால் அதைச் சொல்வதற்குத் தயங்குகிறார்கள், ஆகவே, 'விண்ணை(தடைகளை)த் தாண்டி வருவாயா?' என அவர்கள் அழைப்பது சந்திரனை அல்ல, எதிரே உள்ளவனை(ளை)தான்!

77. என்றும் இளமை

படம்: ஆட்டோ ராஜா
பாடல்: சங்கத்தில் பாடாத கவிதை
எழுதியவர்: புலமைப்பித்தன்
இசை: இளையராஜா
பாடியவர்கள்: இளையராஜா, எஸ். ஜானகி

மூவாத உயர் தமிழ்ச்
சங்கத்தில் பாடாத கவிதை, அங்கத்தில் யார் தந்தது?
சந்தத்தில் மாறாத நடையொடு, என்முன்னே யார் வந்தது?

பிரபலமான பாடல்தான். ஆனால் கொஞ்சம் உன்னிப்பாகக் கேட்காவிட்டால், சரணத்துக்கும் பல்லவிக்கும் நடுவே வரும் அந்த வார்த்தையைக் கவனிக்கக்கூடமாட்டோம், 'மூவாத'!

அதென்ன மூவாத?

'மூவாத் தமிழ்' என்று கேட்டிருக்கலாம், மூப்பு அடையாத, என்றைக்கும் வயது ஆகாமல் இளமையோடிருக்கிற தமிழ் என்று பொருள்!

'ஏவா மக்கள் மூவா மருந்து' என்று ஒரு பழமொழி உண்டு. அதன் அர்த்தம், அப்பா, அம்மா ஒரு செயலைச்

செய் என்று ஏவாத முன்பே அதைச் செய்து முடிக்கிற குழந்தைகள் இருந்துவிட்டால், அந்தப் பெற்றோர் அமிர்தம் சாப்பிட்டதுபோல் தலை நரைக்காமல், உடம்பு தளராமல் வாழ்ந்துவிடுவார்களாம்!

மூவா மருந்து என்றால், நம்மை மூப்பு அடையாதபடி இளமையாகவே வைத்திருக்கும் மருந்து! திருநாவுக்கரசர் சிவபெருமானைப் பாடும்போது, ‘மூவா மேனியான்’ என்பார். நம்மாழ்வாரும் திருமாலை ‘மூவா, முதல்வா!’ என்று அழைத்து நெகிழ்வார்.

புலமைப்பித்தனுக்குக் கடவுள் நம்பிக்கை கிடையாது, ஆனால் இதையெல்லாம் படித்திருக்கிறார், ‘மூவாத உயர் தமிழ்’ என்று அதே சொற்களால் அவருக்குப் பிடித்த கடவுளைப் பாடிவிடுகிறார்!

‘மூவா’ எப்படி ‘மூவாத’ ஆனது? ம்ஹூம், ‘மூவாத’தான், ‘மூவா’ ஆனது, ஈறு கெட்ட எதிர்மறைப் பெயரெச்சம்!

டென்டிஸ்ட் சமாசாரம் இல்லை, ‘மூவாத’ என்ற வார்த்தைக்குப்பின்னே ஒரு பெயர்ச் சொல் வந்தாகவேண்டும் (மூவாத மேனியான், மூவாத முதல்வன், மூவாத மக்கள், மூவாத தமிழ்... இப்படி), ஆகவே, அது ‘பெயரெச்சம்’ எனப்படும்.

இந்தப் பெயரெச்சம் எதிர்மறையாக வரும்போது, அதாவது ‘பாடும் கவிதை’ என்று இல்லாமல், ‘பாடாத கவிதை’ என்று *Negative* பொருளில் எதிர்மறைப் பெயரெச்சமாக வரும்போது, அதன் நிறைவில் (அதாவது ஈறாக) உள்ள எழுத்து, ‘த’, அது கெடும், அதாவது நீங்கும், ‘மூவாத தமிழ்’ என்பது, ‘மூவாத் தமிழ்’ என்று மாறிவிடும், அதைதான் ‘ஈறு கெட்ட எதிர்மறைப் பெயரெச்சம்’ என்பார்கள்!

இதேபோல், ‘எழுதாத கவிதை’ என்பது ‘எழுதாக் கவிதை’ எனவும், ‘பேசாத பேச்சு’ என்பது ‘பேசாப் பேச்சு’ எனவும் மாறும். எல்லாம் ஈறு கெட்ட எதிர்மறைப் பெயரெச்சங்கள்! தமிழுக்கு ஈறு ஏது? அந்த விதத்திலும் அது மூவாத் தமிழ்தான்!

78. ஒட்டாத உதடுகள்

படம்: வில்லுப்பாட்டுக்காரன்
பாடல்: தந்தேன் தந்தேன்
எழுதியவர்: வாலி
இசை: இளையராஜா
பாடியவர்: மலேசியா வாசுதேவன்

ஏழைகள் காதுகளில், செந்தேன் அள்ளிச் சேர்க்கிற கலைஞனடி,
தென்னாட்டுல இருக்கிற இதயங்களைச் சங்கீதத்தில் ஈர்க்கிற இளைஞனடி!
நாட்டுல கேட்டுக்கடி இசையில் இங்கு நான் செஞ்ச சாதனைதான்,
நாக்குல இருக்குதடி, எடுத்துத் தர ஆயிரங்கீர்த்தனைதான்!

இந்தப் பாடலைப்பற்றிச் சொல்வதற்கு ஓர் அபூர்வமான விஷயம் இருக்கிறது, இது 'நிரோட்டகம்' என்ற வகையைச் சேர்ந்த பாடல்.

நிரோட்டகம் என்பது சமஸ்கிருதச் சொல், நிர் + ஓட்டகம், அதாவது, உதடுகள் ஒட்டாமல் பாடப்படுகிற பாடல்.

தமிழில் எத்தனையோ பாவகைகள் இருப்பினும், இதை ஒரு விசேஷமான வகையாகக் குறிப்பிட்டு இலக்கணம்

வரையறுத்திருப்பதாகத் தெரியவில்லை. சினிமாவிலும் வாலியைத் தவிர வேறு யாரும் இந்த வகையில் முயற்சி செய்திருக்கிறார்களா என்று அறியேன்.

ஆச்சர்யமான விஷயம், உதடு ஒட்டாமல் பாடுவது என்றாலும், இந்த வரிகளைப் படிக்கும்போது அந்த சிரமமே தெரியாது. மிகவும் லகுவாக எழுதியிருப்பார் வாலி.

காரணம், தமிழில் உச்சரிக்கும்போது உதடு ஒட்டுகிற எழுத்துகள் குறைவுதான். ப், ம் மற்றும் வ் என்ற மெய்யெழுத்துகள், இவை இடம்பெறுகிற உயிர்மெய் எழுத்துகள், இவற்றைமட்டும் தவிர்த்துவிட்டு மீதமிருக்கும் தமிழ் எழுத்துகளை வைத்து எழுதவேண்டியதுதான்!

கொஞ்சம் சிரமம். ஆனால் ஜாலியான சிரமம், சும்மா ஒரு நாலு வரி முயற்சி செய்து பாருங்களேன்!

79. நரை இல!

படம்: பூவெல்லாம் கேட்டுப்பார்
பாடல்: சுடிதார் அணிந்து வந்த சொர்க்கமே
எழுதியவர்: பழநிபாரதி
இசை: யுவன் ஷங்கர் ராஜா
பாடியவர்கள்: ஹரிஹரன், சாதனா சர்கம்

நரை கூடும் நாட்களிலே,
என்னைக் கொஞ்சத் தோன்றுமா?
அடி போடி!
காதலிலே நரைகூட தோன்றுமா?

இந்த வரிகளைக் கேட்கும்போதெல்லாம், வாலி பாணியில் 'தோன்றுமா' என்ற வார்த்தையை வைத்துப் பழநிபாரதி அமைத்திருக்கும் நயமான வார்த்தை விளையாட்டை நினைத்துப் புன்முறுவல் தோன்றும். அடுத்து, 'காதலிலே நரைகூட தோன்றுமா?' என்கிற வரியை வியப்பேன். நேராக பாரதிதாசனின் 'குடும்ப விளக்கு' காவியத்தில் சென்று நிற்பேன்.

குடும்ப விளக்கின் ஐந்தாவது பாகத்தை, முதியவர் காதலை வடித்துத் தந்திருக்கிறார் பாரதிதாசன். நரையில்லாத அந்தக் காதலைக் கொஞ்சம் ருசிக்கலாம்.

முதிய கணவர் சொல்வது:

விதைத்திட்டேன் அவளின் நெஞ்சில்
　　என்றனை! நேற்றோ? அல்ல!
இதற்குமுன் இளமை என்பது
　　என்றைக்கோ அன்றைக் கேநான்!

கதையாகிக் கனவாய்ப் போகும்
நிகழ்ந்தவை; எனினும் அந்த
முதியாளே வாழு கின்றாள்
என்நெஞ்சில் மூன்று போதும்!

இன்னொரு சந்தர்ப்பத்தில், யாரோ அந்தக் கணவரிடம் கேட்கிறார்கள், 'வயதாகிவிட்டது, உடல் தளர்ந்துவிட்டது, இன்னும் உங்களுக்குள் காதல் இருக்கிறதா?' 'ஏன் இல்லாமல்?' என்று கேட்கும் கணவர் பதில் சொல்கிறார், இப்படி:

வாய், மூக்கு, கண், காது, மெய் வாடினாலும்
மனைவிக்கும் என்றனுக்கும் மனம் உண்டு கண்டீர்!
தூய்மை உறும் அவ்விரண்டு மனம் கொள்ளும் இன்பம்
துடுக்கு உடைய இளையோரும் படைத்திடுதல் இல்லை!
ஓய்வதில்லை மணிச் சிறகு! விண் ஏறி நிலாவாம்
ஒழுகு அமிழ்து முழுது உண்டு, பழகு தமிழ் பாடிச்
சாய்வு இன்றி, சறுக்கு இன்றி ஒன்றை ஒன்று பற்றிச்
சலிக்காது இன்பம் கொள்ளும் இரண்டு மனப் பறவை!
அருவி எலாம் தென் பாங்கு பாடுகின்ற பொதிகை
அசை தென்றல், குளிர் வீசும் சந்தனச் சோலைக்குள்
திரிகின்ற சோடி மயில் யாம் இரண்டு பேரும்,
தெவிட்டாது காதல் நுகர் செந்தேன் சிட்டுக்கள்!
பெரும் தென்னங் கீற்றினிலே இருந்து ஆடும் கிளிகள்!
பெண் இவளோ, ஆண் நானோ என இரு வேறாய்ப்
பிரித்து உணர மாட்டாது பிசைந்த கூட்டு அமிழ்து!

பேசினார் இவ்வாறு, கூசினாள் மூதாட்டி!

அவர் இப்படி வெளிப்படையாகச் சொல்கிறாரே என்பதற்காக அந்த மூதாட்டி வெட்கப்பட்டாலும், உள்ளுக்குள் அவருடைய காதலும் நரைத்திருக்காது என்பதுமட்டும் உறுதி! அந்த வரியை மறுபடி மறுபடி வாசித்து ரசிக்கிறேன், 'பெண் இவளோ, ஆண் நானோ என இரு வேறாய்ப் பிரித்து உணரமாட்டாது பிசைந்த கூட்டு அமிழ்து', நூற்று ஐந்து வயது முதியவர் சொல்வது இது!

80. எனதும் தனதும்

படம்: தேன் நிலவு
பாடல்: ஓஹோ எந்தன் பேபி
எழுதியவர்: கண்ணதாசன்
இசை: ஏ. எம். ராஜா
பாடியவர்கள்: ஏ. எம். ராஜா, எஸ். ஜானகி

ஓஹோ, எந்தன் பேபி, நீ
வாராய், எந்தன் பேபி,
கலை மேவும், வர்ண ஜாலம்
கொண்ட கோலம் காணலாம்!

எந்தன், உந்தன் என்ற சொற்களை நாம் தினசரிப் பேச்சில் பயன்படுத்துவதில்லை. ஆனால் கவிதைகளில், உரைநடையில், மேடைப் பேச்சில் நிறைய பயன்படுத்துகிறோம்.

பிரபலமாகிவிட்ட இந்த இரு வார்த்தைகளும், இலக்கணப்படி பார்த்தால் சரியா?

எந்தன், உந்தன் என்ற சொற்கள் என் + தன், உன் + தன், அதாவது என்னுடைய, எனக்குச் சொந்தமான, உன்னுடைய, உனக்குச் சொந்தமான என்ற பொருளில் வருகின்றன.

‘ன, ல முன் ற, ன ஆகும் த, நக்கள்’ என்பது நன்னூல் சூத்திரம்.

அதாவது, ஒரு சொல்லின் தொடக்கத்தில் ‘த’ அல்லது ‘ந’ என்ற எழுத்து இருந்து, அதன் முந்தைய சொல்லின் நிறைவில் ‘ன்’ அல்லது ‘ல்’ இருந்தால், அந்த ‘த’ என்ற எழுத்து ‘ற’ என மாறும், ‘ந’ என்ற எழுத்து ‘ன’ என மாறும்.

இந்தச் சூத்திரத்தின்படி, என் + தன் ஆகியவை சேரும்போது, ‘ன்’ என்ற எழுத்து முதல் சொல்லின் நிறைவில் உள்ளதால், இரண்டாவது சொல்லின் தொடக்கத்தில் உள்ள ‘த’ என்ற எழுத்து, ‘ற’வாக மாறி, அது ‘என்றன்’ என ஆகும், இதேபோல் உன் + தன் = உன்றன்.

பிறகு ஏன் கண்ணதாசன் (ஓஹோ, எந்தன் பேபி), வாலி (எந்தன் நெஞ்சில் நீங்காத தென்றல் நீதானா), வைரமுத்து (இது கம்பன் பாடாத சிந்தனை, உந்தன் காதோடு யார் சொன்னது?) என்று எல்லாரும் எந்தன், உந்தன் என்று எழுதுகிறார்கள்?

இதற்கு மூன்று விளக்கங்கள் சொல்லலாம்.

#1 வலிய நீட்டிச் சொல்லும் விளக்கம்

‘என்’ என்று ஒருமையில் சொன்னால், என் + தன் = என்றன். அதையே கொஞ்சம் மாற்றி ‘எம்’ என்று பன்மையில் சொன்னால், எம் + தன் = எந்தன்.

ஒருமை எப்படிப் பன்மை ஆகும்?

பாடுவது காதலர்கள் அல்லவா? அவன் என்றாலே அதில் அவளும் சேர்ந்துவிடுகிறாள், அதனால் பன்மை. அம்புடுதேன் ;)

#2 கவித்துவ விளக்கம்

இவையெல்லாம் காதல் பாட்டுகள். ‘மெல்லினங்கள் பாடு கண்ணே, வல்லினங்கள் வாய் வலிக்கும்’ என்று வைரமுத்து எழுதியதுபோல, ‘என்றன்’, ‘உன்றன்’ என்றால் பாடும் காதலர்களுக்கு வாய் வலிக்குமே, அதனால் வல்லின

எழுத்தாகிய ‘ற’கரத்தை நீக்கி, மென்மையாக ‘எந்தன்’, ‘உந்தன்’ என்று மாற்றிவிடுகிறார்களோ என்னவோ!

#3 கிளுகிளு விளக்கம்

காதலர்கள் மத்தியில், யாரோ வகுத்த புணர்ச்சி விதிகளுக்கெல்லாம் மரியாதையில்லை :)

81. பூவான சல்லி

படம்: காக்கிச் சட்டை
பாடல்: சிங்காரி சரக்கு
எழுதியவர்: வாலி
இசை: இளையராஜா
பாடியவர்: எஸ். பி. பாலசுப்ரமணியம்

சிங்காரி சரக்கு, நல்ல சரக்கு, சும்மா
கும்முன்னு ஏறுது, கிக்கு எனக்கு,
நான் விட்டெறிஞ்சேன் சல்லிய, அட ஊத்திக்கிட்டேன் மில்லிய,
குதிரமேல ஏறிப்போயி வாங்கப்போறேன் டில்லிய!

பின்னால் வரப்போகும் மில்லி, டில்லிக்கு எதுகையாக சல்லியை எழுதிவிட்டார் வாலி. நாம் சாதாரணப் பேச்சில் அதிகம் பயன்படுத்தாத அந்தச் சொல்லைப்பற்றிக் கொஞ்சம் பேசுவோம்.

'சல்லி'யை நாம் சினிமாவில் நிறைய கேட்டிருப்போம். குறிப்பாக, 'நீ அவளைக் கல்யாணம் செஞ்சுகிட்டா, என் சொத்துல சல்லிக் காசு கிடைக்காது' என்று பணக்கார அப்பாக்கள் வசனம் பேசுவர். 'சல்லிப் பயல்' என்று சிலரைக் கோபிக்கார்கள். 'சல்லிக் காசு பெறாத வீடு' என்று அலட்சியமாகப் பேசுவார்கள்.

தமிழில் 'சல்லி'க்கு நிறைய அர்த்தங்கள் உண்டு. அவற்றில் ஒன்று, அதிக மதிப்பு இல்லாத சில்லறைக் காசு. மேற்சொன்ன வசனத்தில் ஹீரோவின் தந்தை மகனுக்குக் கொடுக்க மறுப்பதும் அதைத்தான், வாலியின் பாட்டில் வரும் நாயகன் பாட்டில் வாங்க விட்டெறிவதும் அதே சல்லியைத்தான்.

நாயன்மார்களில் ஒருவர்கூட, சல்லியை விட்டெறிந்தார். ஆனால் அவருக்குப் பாட்டில் கிடைக்கவில்லை. அந்தப் பரமசிவனே காட்சி கொடுத்து ஆட்கொண்டான்.

அவர் பெயர் சாக்கிய நாயனார். புத்த மதத்தைச் சேர்ந்தவர். ஆனாலும் சிவன்மீது பற்று.

ஒரே பிரச்னை, சிவனை எப்படி வழிபடுவது என்று அவருக்குத் தெரியவில்லை. பக்கத்தில் கிடந்த ஒரு சல்லியை, அதாவது, சிறிய உடைந்த ஒரு கல்லை எடுத்துச் சிவலிங்கத்தின்மீது விட்டெறிந்தார்.

சிவன் கோபிக்கவில்லை. இப்படி ஒவ்வொரு நாளும் அவர் எறிந்த சல்லிகளை மலர்களாக எண்ணி ஏற்றுக்கொண்டான். 'புத்தன் மறவாது ஓடி எறி சல்லி புது மலர்களாக்கினான் காண்' என்று இந்த நிகழ்ச்சியைப் பாடுவார் திருநாவுக்கரசர்!

82. பூவாயி!

படம்: எங்க ஊரு காவக்காரன்
பாடல்: அரும்பாகி மொட்டாகி
எழுதியவர்: கங்கை அமரன்
இசை: இளையராஜா
பாடியவர்கள்: தீபன் சக்கரவர்த்தி, பி. சுசீலா

அரும்பாகி மொட்டாகிப் பூவாகி
பூப்போல பொன்னான பூவாயி!

'எங்க ஊரு காவக்காரன்' என்று கிராமிய மணம் கமழும் படத் தலைப்பு, கிராமத்து மெட்டு, நடிப்பதோ கிராமத்து வேடங்களுக்கென்றே நேர்ந்துவிடப்பட்ட ராமராஜன். ஆனால் பாடல் எழுத உட்கார்ந்த கங்கை அமரன் மட்டும், திருக்குறளில் இருந்து முதல் வரியை எடுத்திருக்கிறார்!

காலை அரும்பிப் பகலெல்லாம் போதாகி
மாலை மலரும் இந்நோய்

வள்ளுவர் 'நோய்' என்று சொல்வது காதலை தான். அது காலையில் அரும்பாகிறது, மாலையில் மலர்ந்துவிடுகிறது, பகலெல்லாம் போதாக இருக்கிறது.

அதென்ன போது?

மலர்வதற்குத் தயாரான பூவுக்குதான் 'போது' என்று பெயர். இன்றைக்கு நாம் மொத்தமாக மறந்துவிட்ட அருமையான தமிழ்ச் சொல் இது.

என்னைக்கேட்டால், இந்த மெட்டுக்குக் கங்கை அமரன் 'அரும்பாகிப் போதாகிப் பூவாகி' என்றே எழுதியிருக்கலாம். 'போது' என்ற சொல் புழக்கத்தில் இல்லை என்பதால் அதை 'மொட்டு' என்று மாற்றிக்கொண்டிருக்கிறாரோ?

அவர் கிடக்கட்டும், இந்தத் திருவள்ளுவர் காதலை 'நோய்' என்று சொல்லிவிட்டாரே, ஆட்டோ வாசகங்களில் ஆடிக்குப் பின்னே ஆவணியும், தாடிக்குப் பின்னால் தாவணியும் என்பதுபோல் தாடிக்கார வள்ளுவர் காதலை வெறுத்துச் சொன்ன உவமையா இது?

அதற்கு இன்னொரு திருக்குறளில் பதில் இருக்கிறது:

இருநோக்கு இவள் உண்கண் உள்ளது, ஒருநோக்கு

நோய், நோக்கு ஒன்று அந்நோய் மருந்து

இந்தப் பெண்ணுக்கு இரண்டு பார்வை, ஒரு பார்வை நோய் தரும், இன்னொரு பார்வை அந்த நோயைத் தீர்க்கிற மருந்தாகும். டூ இன் ஒன்.

காதலும் அதேமாதிரிதான். நோய் தரும், அந்த நோய்க்கு அதுவே மருந்துமாகும்.

83. ஒரே ஜீவன்

படம்: நாயகன்
பாடல்: நீ ஒரு காதல் சங்கீதம்
எழுதியவர்: புலமைப்பித்தன்
இசை: இளையராஜா
பாடியவர்கள்: மனோ, கே. எஸ். சித்ரா

வானம்பாடி பறவைகள் ரெண்டு, ஊர்வலம் எங்கோ போகிறது,
'காதல்', 'காதல்' எனும் ஒரு கீதம், பாடிடும் ஓசை கேட்கிறது
இசை மழை எங்கும் பொழிகிறது,
எங்களின் ஜீவன் நனைகிறது!

ஊர்வலம் சென்ற வானம்பாடிப் பறவைகள் இரண்டு, பன்மை, அப்படியானால், 'போகின்றன' என்றல்லவா எழுதியிருக்கவேண்டும்? 'போகிறது' என்பது தவறல்லவா?

'எங்களின் ஜீவன்' என்று சொல்லும்போதே, ஒன்றுக்கு மேற்பட்டவர்கள் (பன்மை) என்பது புரிகிறது. அப்படியானால், 'நனைகின்றன' என்றல்லவா எழுதியிருக்கவேண்டும்? நனைகிறது என்பது தவறல்லவா?

இந்த வரிகளை எழுதியவர் சாதாரண கவிஞர் அல்ல, புலமைப் பித்தன், அதுவும் 'புலவர்' புலமைப் பித்தன். மெட்டுக்குப்

பொருந்தவேண்டும் என்பதற்காக அவர் இலக்கண சுத்தமற்ற வரிகளை எழுதியிருப்பாரா?

கவிதை இருக்கட்டும், கொஞ்சம் லோக்கலாக வருவோம். தினமும் காலை எழுந்தவுடன் பல் தேய்க்கிறோம். ஒரு பல்லா, முப்பத்திரண்டு பற்களா? 'பற்களைத் தேய்க்கிறோம்' என்று பன்மையில் சொல்லாமல் ஒருமையில் சொல்வது ஏன்?

'சொந்தக் காலில் நிற்கிறேன்' என்று சபதம் செய்கிறார் ஒருவர். ஒற்றைக் காலில் நிற்க அவர் என்ன கொக்கா? அவருக்கு இரண்டு கால்கள் உள்ளனவே, அவர் ஏன் 'சொந்தக் கால்களில் நிற்கிறேன்' என்று சொல்வதில்லை?

'கண்ணால் பார்த்தேன்' என்று சாட்சி சொல்கிறார் இன்னொருவர். ஏன் ஒருமை? ஒரு கண்ணை மூடிக்கொண்டு இன்னொரு கண்ணால் பார்த்தாரா?

தமிழில் ஒன்றாகச் செயல்படும் விஷயங்களைச் சொல்லும்போது, பன்மை அவசியமில்லை. இரண்டு கண்கள், இரண்டு கைகள், இரண்டு கால்கள், முப்பத்திரண்டு பற்கள் என்றாலும், பேசும்போதும் எழுதும்போதும் 'கண்ணால் பார்த்தேன்', 'கையால் சமைத்தேன்', 'பல்லால் சிரித்தேன்' என்று ஒருமையில் சொல்லலாம்.

அதுபோல, இந்தப் பாடலில் வரும் காதல் ஜோடி ஒன்றாக இணைந்துவிட்ட தருணம். 'எங்களின் ஜீவன் நனைகிறது' என்று ஒருமையில் சொல்லி அவர்கள் ஒன்று கலந்துவிட்டதைச் சொல்லிவிடுகிறார் புலமைப்பித்தன்.

கை(களைத்) தட்டி வரவேற்கவேண்டிய வரி இது!

84. ரொம்பம்பம்

படம்: ஆசை
பாடல்: கொஞ்ச நாள் பொறு தலைவா
எழுதியவர்: வாலி
இசை: தேவா
பாடியவர்: ஹரிஹரன்

என்னுடைய காதலியை ரொம்ப ரொம்ப பத்திரமா
எண்ணம் எங்கும் ஒட்டிவெச்சேன் வண்ண வண்ணச் சித்திரமா,
வேறொருத்தி வந்து தங்க என் மனசு சத்திரமா?

எனக்கு 'ரொம்ப'ப் பிடிச்ச பாட்டு இது. உங்களுக்கும் பிடிக்கும் என்று 'ரொம்ப' நம்பிக்கையாகச் சொல்வேன்.

அது சரி, 'ரொம்ப'ன்னா என்ன?

ரகரக் குடும்பத்தைச் சேர்ந்த எந்த எழுத்தும் தமிழ்ச் சொற்களின் தொடக்கத்தில் வராது. அதனாலேயே, 'ரத்தம்' என்பதுபோன்ற வடமொழிச் சொற்களை 'இரத்தம்' என்று எழுதுவார்கள்.

ஆக, 'ரொம்ப' என்பது தமிழ்ச் சொல்லாக இருக்க வாய்ப்பில்லை. வேறு எப்படி வந்திருக்கும்?

குழாயடிகளில் தண்ணீர் பிடிக்கிறவர்கள், 'குடம் ரொம்பிடிச்சு' என்பார்கள். அதன் அர்த்தம், குடம் நிறைந்துவிட்டது, இன்னும் சரியாகச் சொல்வதென்றால், குடம் நிரம்பிவிட்டது.

'நிரம்ப' என்ற இந்த அழகிய சொல்லைத்தான் நாம் கொஞ்சம் கொஞ்சமாக 'ரொம்ப' என்று மாற்றிக்கொண்டுவிட்டோம். இதன் பொருள், நிறைதல், முழுமையாகுதல்.

ஆக, 'ரொம்ப ஆசை' என்றால், என் நெஞ்சமெல்லாம் நிரம்பிக் கிடைக்கும் ஆசை என்று பொருள். 'ரொம்ப அழகு' என்றால், அழகின் உச்சம், பூரண அழகு அவள் என்று அர்த்தம்.

'ரொம்ப'ச் சுவாரஸ்யமான சேதி, இல்லையா?

85. உயிர்மூச்சு!

படம்: குஷி
பாடல்: கட்டிப்புடி கட்டிப்புடிடா
எழுதியவர்: வைரமுத்து
இசை: தேவா
பாடியவர்கள்: ஷங்கர் மகாதேவன், வசுந்தரா தாஸ்

ஆக்ஸிஜன் இல்லாமல், இமயமலை ஏறாதே,
கற்பனை இல்லாமல், கட்டில்மேல் சேராதே!

தமிழ்ப் பாடல்களில் இலக்கியம் (பாரதிக்கு கண்ணம்மா, நீ எனக்கு உயிரம்மா), இலக்கணம் (இன்னிசை அளபெடையே), கலை (ரவிவர்மன் எழுதாத கலையோ), ஆங்கிலம் (கம்பன் எங்கே போனான், ஷெல்லி என்ன ஆனான்), வரலாறு (ராஜராஜ சோழன் நான்), புவியியல் (நதிகள் இல்லாத அரபு தேசம் நான்), தாவரவியல் (ஆசை என்னும் புயல் வீசி விட்டதடி, ஆணி வேர்வரையில் ஆடிவிட்டதடி), விலங்கியல் (கையளவு நெஞ்சத்துல கடலளவு ஆசை), கணக்கு(ஒண்ணும் ஒண்ணும் ரெண்டு, உன்மேல் ஆசை உண்டு), ஜியாமிட்ரி (பல்லாங்குழியின் வட்டம் பார்த்தேன்) எல்லாம் வந்ததுண்டு, வேதியியல்?

வைரமுத்து இருக்க பயமேன்? ஆக்ஸிஜன்மேல் கவிஞருக்கு அப்படி என்ன பிரியமோ, தன்னுடைய பாடல்களில் இந்தப் பிராண வாயு பற்றிய விவரங்களை அள்ளித் தூவியிருக்கிறார். உதாரணமாக, இந்தப் பாடலில் 'மலையேற்றத்துக்கு ஆக்ஸிஜன் அவசியம்' என்கிற உண்மையைச் சொல்லி, அதைக் குறும்பாகக் கட்டிலோடு இணைக்கிறார். கட்டிலேற்றத்துக்குத் தேவையான ஆக்ஸிஜன், 'கற்பனை'யாம். அட்டகாசம்!

அவரே எழுதிய இன்னும் சில 'ஆக்ஸிஜன்' வரிகள்:

★ 'அன்பே அன்பே' பாடலில், 'அழகிய நிலவில் ஆக்ஸிஜன் நிரப்பி அங்கே உனக்கொரு வீடு செய்வேன்.'

★ 'காதல் அணுக்கள்' பாடலில், 'ஓடுகிற தண்ணியில் ஆக்ஸிஜன் மிக அதிகம், பாடுகிற மனசுக்குள் ஆசைகள் மிக அதிகம்.'

வேதிப்பொருளாக அன்றி, வேகம் / துடிப்பு என்கிற அர்த்தத்திலும் வைரமுத்து ஆக்ஸிஜனைப் பயன்படுத்தியதுண்டு. 'உலக நாயகனே' என்ற பாடலில் கமலஹாசனைப் புகழ்ந்து எழுதும்போது, 'ஐந்து முதல் நீ ஆடி வந்தாலும், ஆக்ஸிஜன் குறையவில்லை' என்பார் அழகாக.

ஆக்ஸிஜனுடைய அதே தத்தகாரம்தான் நைட்ரஜன், ஹைட்ரஜன், ஹீலியம், பேரியம், ரேடியம் எல்லாமே. ஆனால் ஏனோ, அவையெல்லாம் இந்த அளவுக்குப் பாடப்படவில்லை!

அது சரி, தமிழ்த் திரைப் பாடல்களில் அல்ஜீப்ரா உண்டா?

இல்லை என்றுதான் நினைத்தேன். கொஞ்சம் தேடியபோது 'எக்ஸ் மச்சி, வொய் மச்சி' என்று ஒரு பாடல் சிக்கியது. பலே!

86. மலரோன்

படம்: ஜீன்ஸ்
பாடல்: அன்பே அன்பே
எழுதியவர்: வைரமுத்து
இசை: ஏ. ஆர். ரஹ்மான்
பாடியவர்: ஹரிஹரன்

பெண்ணே உனது மெல்லிடை பார்த்தேன்,
அடடா, பிரம்மன் கஞ்சனடி!
சற்றே நிமிர்ந்தேன், தலைசுற்றிப்போனேன்,
ஆஹா, அவனே வள்ளலடி!

சங்க காலம் தொடங்கி தமிழ்ப் பெண்களுக்கு Hourglass figureதான் லட்சிய உருவம். அதைக் குறிப்பிடும்வகையில் நூலிடை, கொடியிடை, துடி (உடுக்கு)யிடை என்றெல்லாம் வர்ணனைகள் அமையும். இதிலிருந்து கொஞ்சம் விலகி 'இஞ்சி இடுப்பழகி' என்றுகூட வாலி எழுதினார், அதற்கு இன்னும் விதவிதமாக அர்த்தம் சொல்லிக்கொண்டிருக்கிறார்கள்.

இந்தப் பாடலில் வரும் ஆண் தன் காதலியின் மெல்லிடையைப்

பார்த்துவிட்டு, அவளைப் படைத்தவன்மீதே சந்தேகப்படுகிறான், *‘அந்த பிரம்மன் பெரிய கஞ்சனா இருப்பானோ?’*

வைரமுத்து மட்டுமல்ல, வள்ளலாரும் பிரம்மனைக் கஞ்சன் என்கிறார்.

என்னது? வள்ளலாரா? அருட்பா எழுதியவர் எப்போது அய்ஷ்வர்யா ராயைப் பார்த்தார்?

இது ரொமான்ஸ் மேட்டர் அல்ல. ஆன்மிகம். திருவொற்றியூரைப் பற்றிப் பாடும்போது வள்ளலார், ‘கஞ்சன், மால் புகழும் ஒற்றி’ என்பார்.

‘மால்’ என்றால் திருமால், தெரிகிறது. அது யார் ‘கஞ்சன்’?

‘கஞ்சம்’ என்றால் தாமரைப் பூ என்று அர்த்தம். அதன்மீது வாசம் செய்கிறவன் என்பதால், பிரம்மனுக்குக் கஞ்சன் என்று ஒரு பெயரும் உண்டு.

ஆக, இடையில் சிக்கனம் காட்டி வேறிடத்தில் வள்ளலாக வாரி வழங்கினாலும், பிரம்மன் கஞ்சன்தான்!

87. சிறு துரும்பும்...

படம்: மிஸ்டர் ரோமியோ
பாடல்: ரோமியோ ஆட்டம் போட்டால்
எழுதியவர்: வைரமுத்து
இசை: ஏ. ஆர். ரஹ்மான்
பாடியவர்கள்: ஹரிஹரன், உதித் நாராயண்

யாரையும் தூசைப்போலத்
துச்சம் என்று எண்ணாதே,
திருகாணி இல்லை என்றால்
ரயிலே இல்லை மறவாதே!

ஒரு சின்னத் திருகாணி காணாமல் போய்விட்டால், ஒரு பெரிய ரயிலே பழுதடைந்து நின்றுவிடக்கூடும். அதுபோல, நாம் யாரையும் சிறியவர்கள் என்று அலட்சியமாக நினைக்கக்கூடாது என்கிறார் வைரமுத்து.

சுருக்கமாக, தெளிவாக, கிட்டத்தட்ட திருக்குறள்மாதிரி இருக்கிறது, இல்லையா?

மாதிரி என்ன? திருக்குறளேதான். எப்போதோ 'அச்சாணி'யை உவமையாக வைத்துத் திருவள்ளுவர் சொன்ன கருத்தை

அழகாக நவீனப்படுத்திப் பாடலில் பயன்படுத்தியிருக்கிறார் வைரமுத்து:

உருவுகண்டு எள்ளாமை வேண்டும், உருள் பெரும் தேர்க்கு

அச்சாணி அன்னார் உடைத்து

உருளுகின்ற பெரிய தேர், ஒரு சிறிய அச்சாணி இல்லை என்றால் ஓடாது. அதுபோல, யாரையும் உருவத்தை வைத்துக் குறைவாக எடை போட்டுவிடாதீர்கள்!

அது நிற்க. அச்சாணி, திருகாணி இரண்டுமே மிக அழகான தமிழ்ச் சொற்கள்.

அச்சு + ஆணி = அச்சாணி. வண்டியின் சக்கரங்களில் உள்ள அச்சு *(axle)* என்ற பாகத்தை விலகாமல் பொருத்திவைப்பதால் அதன் பெயர் அச்சாணி.

திருகு + ஆணி = திருகாணி. மற்ற ஆணிகளை அடிக்கவேண்டும், ஆனால் இந்த ஆணியைத் திருகவேண்டும். அதனால் அப்படிப் பெயர்.

கிட்டத்தட்ட அந்தத் திருகாணியில் உள்ள மரைகளைப்போலவே சுருண்டு சுருண்டு செல்லும் கூந்தல் கொண்ட பெண்கள் உண்டு. சிலருக்கு இயற்கையாகவே சுருட்டை முடி, சிலர் அழகு நிலையங்களுக்குச் சென்று கூந்தலைச் சுழற்றிக்கொள்கிறார்கள்.

பார்வதி தேவிக்கு அப்படிப்பட்ட *Curly Hair*தான்போல. திருநாவுக்கரசர் தேவாரத்தில் இப்படி அழகாக வர்ணிக்கிறார்: 'திருகு குழல் உமை!'

88. தளிரே!

படம்: கலைக் கோவில்
பாடல்: தங்க ரதம் வந்தது
எழுதியவர்: கண்ணதாசன்
இசை: விஸ்வநாதன், ராமமூர்த்தி
பாடியவர்: பாலமுரளி கிருஷ்ணா, பி. சுசீலா

தங்க ரதம் வந்தது வீதியிலே, ஒரு
தளிர் மேனி வந்தது தேரினிலே!
மரகதத் தோரணம் அசைந்தாட, நல்ல
மாணிக்க மாலைகள் கவி பாட!

துளிர் தெரியும், அதென்ன தளிர்?

தமிழ்க் கவிஞர்களுக்கு, குறிப்பாகக் காதல் பாடல் எழுதுகிறவர்களுக்கு மிகவும் பிடித்த வார்த்தை இது. 'தளிர்மேனி' என்று வர்ணிப்பார்கள், 'இளந்தளிரே' என்று புகழ்வார்கள், 'மாந்தளிரே' என்று வகை குறிப்பிட்டுச் சொல்வதும் உண்டு.

'தளிர்' என்றால் இலை என்பது எல்லாருக்கும் தெரியும், அதற்கு 'இலை' என்ற வார்த்தையையே பயன்படுத்திவிட்டுப் போகலாமே. ஏன் 'தளிர்' என்று சொல்லவேண்டும்?

இலை என்றால், அது இப்போதுதான் முளைத்ததாகவும் இருக்கலாம், காய்ந்து கரடுமுரடானதாகவும் இருக்கலாம், ஏன், பழுத்துப்போய் உதிர்ந்து கீழே கிடக்கும் சருகுகூட இலைதானே?

ஆனால் தளிர் என்பது அப்படி இல்லை. அது இலையின் ஒரு குறிப்பிட்ட நிலையைச் சொல்கிறது, முளைத்துச் சிறிதளவுமட்டும் வளர்ந்த (தளிர்த்த) மென்மையான, அழகான இலை.

திருவள்ளுவர் இந்தச் சொல்லை எப்படிப் பயன்படுத்துகிறார் என்று பாருங்கள்:

உறுதொறு உயிர் தளிர்ப்பத் தீண்டலால் பேதைக்கு

அமிழ்தின் இயன்றன தோள்

ஒரு காதலன் காதலியைப் பார்த்துக் கேட்கிறான், 'அடியே, உன் தோள்களை எலும்பால, சதையால செஞ்சாங்களா, இல்லை அமுதத்தால செஞ்சாங்களா?'

'ஏன்ய்யா உனக்கு இந்தச் சந்தேகம்?'

'பின்னே? உன்னைப் பிரிஞ்சு வாடின என் உயிர், நீ தொட்டதும் சட்டுன்னு தளிர்க்குதேடி!'

அதாவது, புதிய இலை அல்ல, ஏற்கெனவே இருந்த உயிர்தான், அவள் தொட்டதும், *Refresh* ஆகிறது, இளமையாகிறது, என்றும் பதினாறாகிறது!

அதான் தளிர். காதல் பாடல்களுக்கு மிகப் பொருத்தமான வார்த்தை, காதல்வயப்பட்ட இளம் மேனியை வர்ணிக்கவும்!

89. விளக்கு வைத்தேன்

படம்: திருமலை தென்குமரி
பாடல்: திருப்பதி மலை வாழும்
எழுதியவர்: தென்காஞ்சி பாரதிசாமி
இசை: குன்னக்குடி வைத்தியநாதன்
பாடியவர்: சீர்காழி கோவிந்தராஜன்

அன்பெனும் அகல் விளக்கை ஏற்றிவைத்தேன், அதில்
ஆசையென்னும் நெய்யை ஊற்றிவைத்தேன்,
என் மனம் உருகிடவே, பாடி வந்தேன், உன்
ஏழு மலை ஏறி ஓடி வந்தேன்!

பிரபலமான இந்தப் பாடலை எழுதியவர் பெயர் தென்காஞ்சி பாரதிசாமி என்று இப்போதுதான் தெரிந்துகொண்டேன். எளிய மொழியில் மிகவும் அழகான பக்திப் பாடல்!

குறிப்பாக, இந்த நான்கு வரிகள், ஆழ்வாரின் இன்பத் தமிழ்.

நாலாயிரம் திவ்யப் பிரபந்தம் / ஆழ்வார் அருளிச் செயலில் பூதத்தாழ்வார் எழுதிய முதல் வெண்பா. அதில், திருமாலுக்கு இப்படி ஒரு விளக்கை ஏற்றிவைக்கிறார்:

அன்பே தகளியா, ஆர்வமே நெய்யாக,
இன்பு உருகு சிந்தை இடுதிரியா, நன்புருகி
ஞானச் சுடர் விளக்கு ஏற்றினேன் நாரணர்க்கு
ஞானத் தமிழ் புரிந்த நான்.
நாராயணா,

என்னுடைய அன்புதான் விளக்கு,

நான் உன்மேல் கொண்டிருக்கிற ஆர்வம்தான் நெய்,

எந்நேரமும் உன்னையே நினைக்கின்ற அந்தச் சிந்தனைதான் திரி...

இவற்றைக் கொண்டு ஞானத் தமிழின் துணையால் நான் உனக்கு ஒரு விளக்கு ஏற்றிவைத்தேன்!

எளிமையான பாடல்தான். இல்லையா?

இப்போது சினிமாப் பாட்டு வரிகளை ஒருமுறை படித்துப்பாருங்கள். அழகான பாசுரத்தை இன்னும் கொஞ்சம் எளிமையாக்கி எத்துணை பேர்க்குக் கொண்டு சேர்த்துவிட்டது இந்தப் பாடல்!

90. வாடகை என்ன தரவேண்டும்?

படம்: கள்வனின் காதலி
பாடல்: குடக்கூலி கொடுத்தாச்சு
எழுதியவர்: வாலி
இசை: யுவன் ஷங்கர் ராஜா
பாடியவர்கள்: அனுஷ்கா, ப்ரேம்ஜி அமரன்

குடக்கூலி கொடுத்தாச்சு, இதுதான் உன் வீடு!
குடியேறு, குதிச்சாடு, இனிமேல் உன் பாடு!

இந்த வரிகளில் மற்றதெல்லாம் புரிகிறது. அதென்ன 'குடக்கூலி'?

வாடகையைதான் பேச்சு வழக்கில் குடக்கூலி என்று சொல்வார்கள். ஆனால் இந்தச் சொல் மிக மிக அபூர்வமாகவே திரைப்பாடல்களில் பயன்படுத்தப்பட்டிருக்கிறது. எனக்குத் தெரிந்து இந்த ஒரு பாடலில் மட்டும்தான்.

'குடக்கூலி' என்பதில் வரும் குடம், நாம் தண்ணீர் பிடிக்கும் குடம்தானா? ஒருவேளை அன்றைய தமிழகத்தில் வீட்டில் வாடகைக்கு வருகிறவர்கள் மாதாமாதம் ஒரு குடம் நிறைய அரிசி தரவேண்டும் என்பதுபோல் ஏதாவது வித்தியாசமான பண்டமாற்று அமலில் இருந்திருக்குமோ?

அதெல்லாம் ஒன்றுமில்லை. ‘குடிக்கூலி’ என்பதுதான் சரியான வார்த்தை. அதாவது, இன்னொருவருடைய வீட்டில் நாம் குடியிருப்பதற்காக வழங்கப்படும் கூலி. அது பின்னர் சிதைந்து குடக்கூலி என்று மாறிவிட்டது.

அதேபோல், ‘மணத் தக்காளி’ என்பது கொச்சை வார்த்தை என இன்றுதான் தெரிந்துகொண்டேன். அது ‘மணித் தக்காளி’ (மணிபோன்ற வடிவத்தில் இருக்கும் தக்காளி போன்ற காய்) என்பதன் மரூஉ என்று தோழி ப்ரியா கதிரவன் விளக்கினார்.

குடக்கூலி, மணத் தக்காளி இரண்டுமே தவறான சொற்களாக இருக்கலாம். ஆனால் நம்முடைய கற்பனையை நன்கு கிளறிவிடுகிற சொற்கள்!

91. நெஞ்சை அள்ளும் முன்னுரை

படம்: மகாநதி
பாடல்: ஸ்ரீரங்க ரங்கநாதனின் பாதம்
எழுதியவர்: வாலி
இசை: இளையராஜா
பாடியவர்கள்: எஸ். பி. பாலசுப்ரமணியம், உமா ரமணன், 'மகாநதி' ஷோபனா

அந்நாளில் சோழ மன்னர்கள் ஆக்கிவைத்தனர் ஆலயம்,
அம்மாடி என்ன சொல்லுவேன், கோயில் கோபுரம் ஆயிரம்,
தேனாக நெஞ்சை அள்ளுமே தெய்வப் பூந்தமிழ்ப் பாயிரம்

வாலியின் மிகச் சிறந்த பாடல்களில் ஒன்று இது. சொந்த ஊரைப்பற்றிய பாடல் என்பதாலோ என்னவோ, மனிதர் ரவுண்டு கட்டி விளையாடியிருப்பார். ஒவ்வொரு சொல்லும் அத்துணை அருமையாக வந்து உட்கார்ந்திருக்கும், ஒன்றை எடுத்துவிட்டு இன்னொன்றை வைப்பது சாத்தியமே இல்லை.

அச்சுப்பிச்சு தங்கிலீஷ் வரிகளுக்காக வாலிமீது குற்றம் சாட்டுபவர்கள் அவருடைய இதுபோன்ற பாடல்களை ஒருமுறையாவது நிதானமாகக் கேட்கவேண்டும். இப்படியும் எழுதக்கூடியவர்தான் அவர். பிறகு அவர் கொட்டிய

குப்பைகளுக்குக் கேட்டவர்கள் பொறுப்பா, எழுதியவர் பொறுப்பா?

அது நிற்க. நாம் குறை சொல்லாமல் நல்லதைத் தேடி ரசிப்போம், இந்தப் பாடலைப்போல.

ஸ்ரீரங்கத்தில் தொடங்கினாலும், அங்கே நின்றுவிடாமல், பொதுவாகவே சோழ மண்ணின் வர்ணனையாக அமைந்த பாட்டு இது. அன்றைய ஆலயங்களின் கோபுரங்களை வர்ணித்த கையோடு, அவற்றில் நுழையும்போது கேட்கும் தேவாரம், திருவாசகம், நாலாயிரம் திவ்யப் பிரபந்தம், திருப்புகழ் போன்ற தெய்வப் பூந்தமிழ்ப் பாடல்களைக் குறிப்பிடுகிறார் கவிஞர்.

கொஞ்சம் பொறுங்கள், அவர் பாடல்கள் என்று சொல்லவில்லை. ‘பாயிரம்’ என்கிறார். அதற்கு என்ன அர்த்தம்?

இப்போது எல்லாருக்கும் புரியும்படி சொல்லவேண்டுமானால், ‘முன்னுரை’ அல்லது ‘அறிமுக உரை’ என்று சொல்லலாம். அன்றைய கவிஞர்கள் ஒரு நூல் எழுதினால், அதற்குள் என்ன இருக்கிறது என்று விளக்கும்விதமாகப் ‘பாயிரம்’ என்கிற முன்னுரையைப் பாடல் வடிவிலேயே எழுதிச் சேர்ப்பார்கள். இந்தப் பாயிரத்தை நூலின் ஆசிரியரே எழுதலாம், அல்லது, அவருடைய நண்பரோ, சிஷ்யரோ, குருநாதரோகூட எழுதலாம். வாசகர்களுக்கு நூலைச் சரியாக அறிமுகப்படுத்தவேண்டும். அதுதான் நோக்கம். ஆர்வமுள்ளோர் இந்த இலக்கணத்தை முழுமையாகப் படிக்க இங்கே செல்லுங்கள்: *http://365paa.wordpress.com/2012/05/07/306/*

ஆனால் ஒன்று, ஒருவர் வெறுமனே பாயிரத்தைப் படித்தால் போதாது. நூலையும் படிக்கவேண்டும்.

நிலைமை அப்படியிருக்க, இங்கே வாலி ‘பாயிரம்’ என்ற சொல்லை எடுத்துப் பயன்படுத்தவேண்டிய அவசியம் என்ன? அது ‘ஆயிரம்’க்கு எதுகை, இயைபாக இருக்கிறது என்பதால்மட்டுமா?

இருக்கலாம். ஆனால் எனக்கு இதை எப்படிப் பார்க்கத் தோன்றுகிறது என்றால், கடவுளைப்பற்றி எத்துணை பாடல்கள் பாடப்பட்டாலும் சரி, அவையெல்லாம் வெறும் பாயிரம்தான், அறிமுகம்தான். அவற்றைப் படித்தால் முழு அனுபவம் கிடைக்காது. கோயிலுக்குள் சென்று இறைவன் முன்னே கை கூப்பி நிற்கும்போது நாம் அடையப்போகும் அந்த உணர்வுதான் நிஜமான கவிதை.

92. கொடிமேல் காதல்

படம்: கிழக்கே போகும் ரயில்
பாடல்: மாஞ்சோலைக் கிளிதானோ
எழுதியவர்: முத்துலிங்கம்
இசை: இளையராஜா
பாடியவர்: ஜெயச்சந்திரன்

மஞ்சம் அதில், வஞ்சிக்கொடி வருவாள்,
சுகமே தருவாள், மகிழ்வேன்,
கண் காவியம் பண் பாடிடும் பெண்ணோவியம்,
செந்தாமரையே!

வஞ்சிக்கொடி என்பது பல பாடல்களில் பெண்களுக்குப் பொதுவாகப் பயன்படுத்தப்படும் உவமை.

மற்ற பல கொடிகளைப்போலவே, வஞ்சியும் மெலிதானது, எளிதாகத் துவள்வது. ஆகவே, இடை சிறுத்த கதாநாயகிகளை வர்ணிக்கும் தேவை ஏற்படும்போதெல்லாம் கவிஞர்கள் வஞ்சிக்கொடியை அழைத்துவிடுவார்கள்.

உதாரணமாக, பாரதிதாசனின் அருமையான காதல் பாடல் ஒன்று, 'வஞ்சிக் கொடி போல இடை அஞ்சத்தகுமாறு உளது!' என்று தொடங்கும்.

பொதுவாக எல்லாருக்கும் காதலி இடையைப் பார்த்தால் ஆசை வரும். ஆனால், பாரதிதாசனுக்கு அச்சம் வருகிறது, ‘உன் இடுப்பைப் பார்த்து நான் பயந்தேபோய்ட்டேன் தெரியுமா?’ என்கிறார்.

ஏன் அப்படி? பொண்ணு செம குண்டோ? காதல் பரிசாக ஒட்டியாணம் செய்து தரச் சொல்லிவிடுவாளோ என்று நினைத்துக் கவிஞர் பயந்துவிட்டாரோ?

அந்தச் சந்தேகமே வரக்கூடாது என்பதற்காகதான், ‘வஞ்சிக்கொடி போல இடை’ என்கிறார் பாரதிதாசன். ‘இத்தனை மெல்லிய இடையா’ என்றுதான் அவருக்கு அச்சம்!

அதோடு நிறுத்தவில்லை, தொடர்ந்து கண்களுக்கு உவமையாக என்னவெல்லாம் வருமோ அத்தனையையும் அடுக்குகிறார், பின்னர், ‘ம்ஹூம், உனக்கு இணையாக எதையும் சொல்லமுடியாது’ என்று கை தூக்கிவிடுகிறார். சந்தம் கொஞ்சும் அந்த அழகான பத்தி முழுமையாக இங்கே:

வஞ்சிக்கொடி போல இடை
அஞ்சத் தகுமாறு உளது!
நஞ்சுக்கு இணையோ, அலது
அம்புக்கு இணையோ, உலவு
கெண்டைக்கு இணையோ, கரிய
வண்டுக்கு இணையோ விழிகள்!
மங்கைக்கு இணை ஏது உலகில்,
அம் கைக்கு இணையோ மலரும்?

ஆனால், கிட்டத்தட்ட இதேமாதிரிதானே கொடி இடை, நூலிடை, துடி இடை என்றெல்லாம் இடுப்பை வர்ணிப்பார்கள்?

உண்மைதான். ஆனால் அவற்றுக்கு இல்லாத ஒரு சிறப்பு ‘வஞ்சி’க்கு உண்டு. இடுப்பை மட்டுமல்ல, ஒரு பெண்ணையே ‘வஞ்சி’ என்று அழைப்பதும் உண்டு.

இதற்கு உதாரணமாக, ‘குற்றாலக் குறவஞ்சி’ என்ற நூலே

இருக்கிறது. அதன் பொருள், குற்றாலம் என்கிற பகுதியில் வாழ்கிற, குறவர் இனத்தைச் சேர்ந்த, வஞ்சி போன்ற ஒருத்தி.

சினிமாப் பாட்டு உதாரணம்தான் வேண்டுமா? அதுவும் நிறைய உண்டு. 'வண்ணக்கிளி சொன்ன மொழி, என்ன மொழியோ? வஞ்சி மகள் வாய் திறந்து சொன்ன மொழியோ!'

ஆக, ஒரு பெண், அவளுடைய மெலிதான இடுப்பு, அதற்கு உவமை வஞ்சி, அதுவே அந்தப் பெண்ணையே அழைக்கும் பெயராகிவிடுகிறது. ஆகவே, இலக்கண அறிஞர்காள், இது சினையாகுபெயரா, உவமையாகுபெயரா, அல்லது சினையுவமையாகுபெயர் என்று ஒன்றை உருவாக்கவேண்டுமா? :)

93. மனக் கணக்கு

படம்: கோபுர வாசலிலே
பாடல்: தாலாட்டும் பூங்காற்று
எழுதியவர்: வாலி
இசை: இளையராஜா
பாடியவர்: எஸ். ஜானகி

நள்ளிரவில் நான் கண் விழிக்க,
உன் நினைவில் என் மெய் சிலிர்க்க,
பஞ்சணையில் நீ முள் விரித்தாய்,
பெண் மனதை நீ ஏன் பறித்தாய்?

உங்கள் வீட்டின் பின்புறத்தில் ஒரு மரம் இருக்கிறது. அதை உங்களுக்கு மிகவும் பிடிக்கும். இதை வாக்கியமாக்கச் சொன்னால் எப்படிச் சொல்வீர்கள்?

'எனக்கு அந்த மரத்தை மிகவும் பிடிக்கும்'.

இதில் மற்ற வார்த்தைகள் ஒருபுறமாக இருக்கட்டும், அந்த 'மரத்தை' என்ற வார்த்தையை மட்டும் எடுத்துக்கொள்வோம். அது எப்படி வந்தது?

மரம் + ஐ என்கிற வேற்றுமை உருபு, மரமை என்றுதானே மாறவேண்டும்? ஏன் 'மரத்தை' என்று ஆனது?

தமிழ் இலக்கணத்தில் இதற்குச் 'சாரியை' என்று பெயர். ஒரு சொல்லின் நிறைவு எழுத்தாக 'ம்' இருந்து, அதோடு ஐ, ஆல், கு, இன், அது, கண் போன்ற வேற்றுமை உருபுகள் சேர்கிறபோது, இந்த இரண்டுக்கும் இடையே 'அத்து' என்கிற சாரியை கூடும்.

ஆக, மரம் + ஐ = மரம் + அத்து + ஐ = மரத்தை

இதேபோல், மரம் + இல் = மரம் + அத்து + இல் = மரத்தில், மரம் + கு = மரம் + அத்து + கு = மரத்துக்கு... இப்படிச் சொல்லிக்கொண்டே போகலாம்.

இந்தப் பாட்டில், மரம் இல்லை, மனம்தான் இருக்கிறது. அதுவும் 'ம்' என்ற எழுத்தில் முடிவதால், இதே விதிமுறை பொருந்தும். அதாவது, மனம் + அத்து + ஐ = மனத்தை. 'பெண் மனத்தை நீ ஏன் பறித்தாய்' என்றுதான் எழுதவேண்டும்.

அப்படியானால் பாரதியார் 'மனதில் உறுதி வேண்டும்' என்று எழுதியதும் தவறா? அந்த வரி 'மனத்தில் உறுதி வேண்டும்' என்று இருக்கவேண்டுமா?

உண்மைதான். ஆனால், கவிதைக்கு வேறு இலக்கணங்கள் உண்டு என்பதால், இதுபோன்ற சில மீறல்கள் அனுமதிக்கப்படுகின்றன. எல்லாக் கவிஞர்களும் தெரிந்தே மீறியிருக்கிறார்கள்.

கொஞ்சம் பொறுங்கள், மனம் + ஐ என்று எழுதினால்தானே 'மனத்தை' என்று வரும்? அதையே நான் மனது + ஐ என்று எழுதினால்? அப்போது 'மனதை' என்பது சரிதானே?

வடமொழியில் 'மனஸ்' அல்லது 'மன்' என்ற வடமொழிச் சொல் உள்ளது. ஆனால் தமிழில் அது பயன்படுத்தப்படுவதில்லை, 'மனம்' என்ற வேறு சொல் உள்ளது. இதைப் பலர் 'மனது' என்றும் எழுதுகிறார்கள். ஆனால் அது சரியான பயன்பாடாக ஏற்றுக்கொள்ளப்படுவதில்லை.

உண்மையில், மனம் + ஐ = மனம் + அத்து + ஐ = மனத்தை என்பதுதான் இலக்கணம். இது தெரியாத யாரோ, 'மனத்தை'

என்ற வார்த்தையை மனது + ஐ என்று தவறாகப் பிரித்து 'மனது' என்று ஒரு வார்த்தையை உருவாக்கிவிட்டார்கள் என்று தோன்றுகிறது. பின்னர் அதை இன்னும் கொச்சையாக்கி 'மனசு' என்று வேறு மாற்றிவிட்டார்கள்.

தற்போது, 'மனம்'க்கு இணையாக, 'மனது' என்ற சொல்லும் பயன்படுத்தப்படுகிறது. நீங்கள் அதைச் சரி என்று ஏற்றுக்கொண்டால் 'மனதை', 'மனதில்' என்று எழுதுவதும் சரி. 'மனம்' என்பதுதான் வேர்ச்சொல் என்று வைத்துக்கொண்டால், 'மனத்தை', 'மனத்தில்' என்பதுதான் மிகச் சரி!

94. மரபும் புதுசும்

படம்: இதயம்
பாடல்: பொட்டு வைத்த ஒரு வட்ட நிலா
எழுதியவர்: வாலி
இசை: இளையராஜா
பாடியவர்: கே. ஜே. யேசுதாஸ்

யாப்போடு சேராதோ பாட்டு, தமிழ்ப் பாட்டு,
தோப்போடு சேராதோ காற்று, பனிக் காற்று,
வினாத்தாள்போல் இங்கே கனாக் காணும் காளை,
விடைபோலே அங்கே நடை போடும் பாவை,
ஒன்றாய்ச் சேரும், ஒன்றாய்ப் பாடும்
பொன்னாள், இன்று எந்நாளோ!

தமிழில் 'யாப்பு' என்றால், செய்யுள் என்று பொருள். எழுத்து, சொல் போன்றவற்றுக்கு இலக்கணம் இருப்பதுபோலவே, யாப்புக்கும், அதாவது ஒரு செய்யுளை இப்படிதான் எழுதவேண்டும் என்பதற்கும் தமிழில் இலக்கணம் உண்டு. அதற்குப் பொருந்தி எழுதப்படும் கவிதைகளை 'மரபுக் கவிதை' என்கிறோம்.

உதாரணமாக, வெண்பா என்றால் முதல் சொல், இரண்டாம் சொல் இடையே இப்படிப்பட்ட பிணைப்பு வேண்டும், முதல், மூன்றாவது சொற்கள் மோனை வேண்டும், முதல், ஐந்தாவது சொற்கள் எதுகை வேண்டும்... இப்படி ஒவ்வொரு வகைப் பாடலுக்கும் வெவ்வேறு நெறிமுறைகள், அவற்றைப் பின்பற்றிச் சொற்களைக் கோத்தால் இனிமையாக இருக்கும். இவற்றை ஒருபோதும் மீறக்கூடாது.

இதுபோல் எந்த இலக்கண நெறிக்கும் கட்டுப்படாமல் எழுதப்படுபவற்றைப் 'புதுக் கவிதைகள்' என்கிறோம். அவற்றில் கருத்துக்குதான் மரியாதை, அவற்றை ஒரு குறிப்பிட்ட அமைப்பில் ஒழுங்குபடுத்துவதற்கு அவசியமில்லை.

சினிமாப் பாட்டுகள் இந்த இரண்டுக்கும் இடைப்பட்ட ஒன்று. அதாவது, இலக்கணம் உண்டு, ஆனால் அது மரபு வழி வந்த இலக்கணம் அல்ல, புதிதாக ஒருவர் (இசையமைப்பாளர்) தந்த இலக்கணம். அதற்குமேலே, பாடலைக் கேட்கும் இனிமை கருதி, கவிஞரும் சில இலக்கணங்களைச் சேர்த்துக்கொள்ளலாம்.

உதாரணமாக, இந்தப் பாடலில் முதல், இரண்டாவது வரிகளில் யாப்பு, தோப்பு என எதுகை உள்ளது, ஆனால் 3, 4வது வரிகளில் வினா, விடை என்று மோனை வந்துள்ளது, மூன்றாவது வரியில் வினா, கனா என்று எதுகை / இயைபு உள்ளது, நான்காவது வரியில் விடை / நடை என்று அதேபோன்ற எதுகை / இயைபு உள்ளது, இதே 3, 4 வரிகளிடையே சுத்தமான இயைபு இல்லை, ஆனால் காளை, பாவை என ஒரேமாதிரி ஒலி கொண்ட சொற்கள் உள்ளன. ஐந்தாவது வரியில், ஒன்றாய் என்ற சொல் இரண்டு முறை வந்துள்ளது, சேரும், பாடும் என இயைபு வருகிறது. ஆறாவது வரியில் பொன்னாள், எந்நாள் என்கிற எதுகை வந்துள்ளது.

இதையெல்லாம் வாலி எழுதியதை வைத்து நாமாகச் சொல்வதுதான். இப்படிதான் எதுகை, மோனை அமைக்கவேண்டும் என்று அவருக்கு யாரும் சொல்லியிருக்க வாய்ப்பில்லை. அவர் மாற்றி எழுதியிருந்தாலும் யாருக்கும்

தெரிந்திருக்காது. மெட்டு செல்லுகிற திசையைக் கவனித்து, எங்கே எதுகை, எங்கே மோனை, எங்கே இயைபு வந்தால் இனிமையாக இருக்கும் என்று அவரே புரிந்துகொண்டு அமைத்திருக்கிறார்.

அதுமட்டுமில்லை, யாப்பு தனி, பாட்டு தனி என்றில்லாமல் இரண்டும் சேர்ந்தால்தான் இனிமை, தோப்பில் பனிக் காற்று சேர்ந்தால்தான் இனிமை, வினாவுக்கு விடை கிடைத்தால்தான் இனிமை என்கிற கருத்துகளை உள்ளடக்கி, 'ஒன்றாய்ச் சேரும், ஒன்றாய்ப் பாடும் பொன்னாள் என்றைக்கு?' என்று அழகான முத்தாய்ப்பும் வைக்கிறார்.

இதில் மரபும் உண்டு, புதுசும் உண்டு!

95. கொண்டாட்டம்!

படம்: தாய் சொல்லைத் தட்டாதே
பாடல்: காட்டுக்குள்ளே திருவிழா
எழுதியவர்: கண்ணதாசன்
இசை: கே. வி. மகாதேவன்
பாடியவர்: பி. சுசீலா

காட்டுக்குள்ளே திருவிழா,
கன்னிப்பொண்ணு மணவிழா,
சிரிக்கும் மலர்கள் தூவி
சிங்காரிக்கும் பொன்விழா!

கொண்டாட்டங்கள் சிலவற்றை நாம் திருவிழா என்கிறோம் (உதாரணம்: பொங்கல் திருவிழா), இன்னும் சிலவற்றைப் பண்டிகை என்கிறோம் (உதாரணம்: விநாயக சதுர்த்திப் பண்டிகை).

இவற்றை மாற்றிச் சொல்வதும் சகஜம்தான். தீபாவளித் திருவிழா, தீபாவளிப் பண்டிகை என்று ஒரே விஷயத்தைக் குறிப்பிட இந்த இரு சொற்களையும் பயன்படுத்துவதுகூட உண்டு.

நிஜத்தில் இந்த இரு சொற்களுக்கும் என்ன வித்தியாசம்? எதை எப்போது பயன்படுத்தவேண்டும்?

மொழிஞாயிறு தேவநேயப் பாவாணர் இந்தப் புதிருக்கு அழகான விடை சொல்கிறார்: வீட்டுக்குள் கொண்டாடுவது பண்டிகை, வீட்டுக்கு வெளியே கொண்டாடுவது திருவிழா.

அப்படியானால், இந்தக் கன்னிப் பெண்ணின் திருமணம், பண்டிகையா, அல்லது திருவிழாவா?

96. தெய்வம் உள்ள வீடு

படம்: சரஸ்வதி சபதம்
பாடல்: தெய்வம் இருப்பது
எழுதியவர்: கண்ணதாசன்
இசை: கே. வி. மகாதேவன்
பாடியவர்: டி. எம். சௌந்தர்ராஜன்

தெய்வம் இருப்பது எங்கே?
தெளிந்த நினைவும், திறந்த நெஞ்சும் நிறைந்ததுண்டோ அங்கே!
எண்ணும் எழுத்தும் நிறைந்தவர் நெஞ்சம் இறைவன் திகழும் வீடு!
இசையில், கலையில், கவியில், மழலை மொழியில் இறைவன் உண்டு,
இவைதான் தெய்வம் என்பதை அறிந்தால் ஏற்கும் உனது தொண்டு!

மேற்கண்ட வரிகளை இன்னொருமுறை படித்துப் பாருங்கள், இது ஆத்திகப் பாட்டா, அல்லது நாத்திகப் பாட்டா?

எழுதியவர் கண்ணதாசன் எனும்போது, இந்தச் சந்தேகம் இன்னும் வேறுவிதமாக எழும். இது அவர் நாத்திகராக இருந்தபோது எழுதியதா, அல்லது ஆத்திகராக மாறியபின் எழுதியதா?

உண்மையில், தெய்வம் கோயிலில் இருக்கிறதா, அல்லது வேறு எங்குமா? ஆத்திகர்கள் என்னதான் சொல்கிறார்கள்?

'தெய்வம் கோயிலில் இல்லை' என்று கண்ணதாசன் சொல்லவில்லை. ஆனால் வேறு எங்கெல்லாம் இருக்கிறது என்று தெளிவாகச் சொல்கிறார்: தெளிந்த நினைவு, திறந்த நெஞ்சு (Open Mind), நிறைந்த நெஞ்சு, எண், எழுத்து, இசை,

கலைகள், கவிதை, ஏன் மழலை மொழியில்கூட இறைவன் இருக்கிறான்!

கடவுளை வெளியே தேடலாகாது என்பது நிச்சயம் நாத்திகக் கருத்தல்ல. அநேகமாகத் தமிழின் பக்தி இலக்கியங்கள் அனைத்தும் திரும்பத் திரும்ப இதைப் பலவிதமாக வலியுறுத்தியுள்ளன.

உதாரணமாக, சிவனின் அடி, முடி தேடி பிரம்மனும் விஷ்ணுவும் திணறிய கதை நமக்குத் தெரியும். அதைக் குறிப்பிட்டுத் திருநாவுக்கரசர் தரும் ட்விஸ்டைப் பாருங்கள்:

> ‘நாடி நாரணன், நான்முகன் என்று இவர்
> தேடியும் திரிந்தும் காண வல்லரோ?
> மாட மாளிகை சூழ் தில்லை அம்பலத்து
> ஆடி பாதம் என் நெஞ்சுள் இருக்கவே!’

பிரம்மனே, விஷ்ணுவே, நீங்கள் அங்கேயும் இங்கேயும் தேடித் திரிந்து என்ன பலன்? தில்லை அம்பலத்தில் ஆடுகிற சிவன் என்னைப்போன்ற பக்தர்களின் நெஞ்சுக்குள் அல்லவா இருக்கிறான்?!

இறைவனின் வீடு, பக்தர்கள் நெஞ்சம் என்றார் திருநாவுக்கரசர். அதைக் கொஞ்சம் நீட்டி, தெளிவான சிந்தனை உள்ளவர்கள், திறந்த மனம் கொண்டவர்கள், கல்வியில் வல்லவர்கள், கலையில் சிறந்தவர்கள், குழந்தைகள் நெஞ்சிலெல்லாம் அவன் இருப்பான் என்கிறார் கண்ணதாசன்.

சரிதானே? கொஞ்சம் நெஞ்சைத் தொட்டுச் சொல்லுங்கள்!

97. நாணத் தங்கமே!

படம்: தெய்வ வாக்கு
பாடல்: வள்ளி, வள்ளி என வந்தான்
எழுதியவர்: வாலி
இசை: இளையராஜா
பாடியவர்கள்: இளையராஜா, எஸ். ஜானகி

வண்ணப் பூ, வஞ்சிப் பூ, வாய்வெடித்த வாசப் பூ அன்புத் தேன், இன்பத் தேன் கொட்டுமா?
இந்தப்பூ, சின்னப்பூ, கன்னிப்போகும் கன்னிப் பூ, வண்டுதான் வந்துதான் தட்டுமா?
என்னை மீண்டும் கொஞ்சத் தூண்டும்
நாணல் போலே தேகம் தன்னில் நாணம் என்னம்மா!

சமீபத்தில் ஒரு நடிகை தந்த பேட்டி கண்ணில் பட்டது. 'நான் மாடர்ன் பொண்ணு, எனக்கு வெட்கம், நாணம்ல்லாம் கொஞ்சம்கூட இல்லை' என்று சொல்லியிருந்தார்.

உண்மையில் அவர் சொல்ல வந்தது, 'எனக்குக் கூச்சம் கிடையாது' என்றுதான். அதற்குப் பதிலாக 'நாணம்' என்ற சொல்லைப் பயன்படுத்திவிட்டார்.

அவரைச் சொல்லிக் குற்றமில்லை. தமிழ் சினிமா செய்திருக்கிற வேலை அப்படி. சுற்றிச் சுற்றி எல்லாப் பாடல்களிலும் காட்சிகளிலும் வசனங்களிலும் நாணம் என்றால் வெட்கம், கூச்சம், பெண்களுக்கு மட்டுமே சொந்தமான ஓர் உணர்வு என்று காட்சிப்படுத்திவிட்டார்கள்.

அச்சம், நாணம், மடம், பயிர்ப்பு என்று பெண்களின் இலக்கணமாக(?) வர்ணிக்கப்படும் நான்கு விஷயங்களில் 'நாணம்' இடம் பிடித்திருக்கிறது. அப்படியானால் அது ஆணுக்கு இருக்கக்கூடாதா?

இதுபற்றித் திருவள்ளுவர் என்ன சொல்கிறார் என்று பார்ப்போமா?

'நாணுடைமை' என்று அவர் ஒரு முழு அதிகாரமே எழுதியிருக்கிறார். அதன் முத்தாய்ப்பாக வரும் குறள்:

> நாண் அகத்து இல்லார் இயக்கம், மரப்பாவை
> நாணால் உயிர்மருட்டி அற்று

அதாவது, உள்ளத்தில் நாணம் இல்லாதவர்கள், கயிறால் ஆட்டி வைக்கப்படும் பொம்மைக்குச் சமம். இங்கே அவர் ஆண், பெண் என்று எதுவும் சொல்லவில்லை.

அப்படியானால் எல்லாருக்கும் நாணம் வேண்டும் என்றல்லவா அர்த்தமாகிறது. எதற்காக நாணுவது?

அன்றாட வாழ்க்கையில் நாம் செய்யும் தவறுகளுக்கா குறைச்சல்? அந்தத் தவறுகளை எண்ணி நாணுங்கள் என்கிறார் திருவள்ளுவர். அப்போதுதான் அடுத்தமுறை அதே தவறைச் செய்யாமல் இருப்போம்.

ஆக, 'எனக்கு நாணமே கிடையாது' என்று ஒருவர் சொன்னால், அவர் மரப் பொம்மை என்று அர்த்தம்!

அது கிடக்கட்டும். இந்தக் குறளில் 'நாண்' என்ற சொல் இரண்டுமுறை வருகிறதே. ஏன்?

தமிழில் இந்தச் சொல்லுக்கு இரு பொருள்கள் உண்டு. முதலில் வரும் 'நாண்' என்பதன் அர்த்தம், நாணம், அடுத்த வரும் 'நாண்' என்பதன் அர்த்தம், கயிறு.

நாண் = கயிறு? நம்பமுடியவில்லையா?

அர்ணாக்கயிறு என்று சொல்கிறோமே, அந்தக் கொச்சைச் சொல்லின் உண்மையான வடிவம், 'அரை நாண்' என்பதுதான். 'அரை' என்றால் இடுப்பு, 'நாண்' என்றால் கயிறு. ஆக, 'அரை நாண்' என்றால், இடுப்பில் கட்டப்படும் கயிறு. இதனை 'அரை ஞாண்' என்றும் சொல்வார்கள்.

அப்படியானால், 'அரை நாண் கயிறு' என்றால், 'இடுப்புக் கயிறுக் கயிறு'?

ஆமாம். 'அரை நாண் கயிறு' என்று சொல்ல அவசியமே இல்லை. 'அரை நாண்' என்று சொன்னாலே போதும். கயிறு அதற்குள்ளேயே இருக்கிறது.

இந்தமாதிரி வேடிக்கை தமிழில்மட்டுமல்ல, ஆங்கிலத்திலும் உண்டு. உதாரணமாக, '*ATM Machine*' என்று சொல்கிறோமே, அதை *ATM* என்றுதான் சொல்லவேண்டும், அதன் முழு வடிவம் '*Automatic Teller Machine*'. அதற்குப்பின்னால் கூடுதலாக இன்னொரு மெஷினைச் சேர்க்கவேண்டியதில்லை!

98. உதவ வரும் ஆட்டோக்காரன்

படம்: பாட்ஷா
பாடல்: நான் ஆட்டோக்காரன்
எழுதியவர்: வைரமுத்து
இசை: தேவா
பாடியவர்: எஸ்.பி. பாலசுப்ரமணியம்

இரக்கமுள்ள மனசுக்காரன்டா, நான்
ஏழைக்கெல்லாம் சொந்தக்காரன்டா,
அஜக்குன்னா அஜக்குதான்,
குமுக்குன்னா குமுக்குதான்!

அஜக்கு என்றால் என்ன? குமுக்கு என்றால் என்ன? பொதுவாக சினிமாப் பாடல்களில் எழுதப்படும் இதுமாதிரி filler சொற்களுக்கு அர்த்தம் தேடக்கூடாது. சும்மா பாடுவதற்கு ஜாலியாக இருந்தால் போதும், அவ்வளவே.

சமீபத்தில் பாரதிதாசன் பாடல்களைப் படித்துக்கொண்டிருந்தேன். அங்கே 'தமிழர்க்கே சலுகை வேண்டும்' என்ற பாடலின் நடுவே ஒரு வரி, 'குமுக்கு சொல்லித் தமுக்கடிப்பீர்' என்று இருந்தது.

தமுக்கு என்றால் அர்த்தம் தெரியும், அது ஓர் இசைக்கருவி. ஆனால் குமுக்கு? அதற்கு என்ன அர்த்தம்? பாரதிதாசனுமா ஃபில்லர் வார்த்தைகளைப் பயன்படுத்துவார்?

அந்த வரிக்குக் கீழேயே, அதையும் குறிப்பிட்டிருந்தார்கள். ”குமுக்கு = ஆதரவு” என்று.

ஆச்சர்யத்துடன் அகராதியைப் புரட்டினேன். அங்கேயும் ‘குமுக்கு’ என்றால் ‘*assistance*’ என்று உள்ளது.

ஆக, குமுக்கு என்றால் குமுக்குதான், குமுக்கு என்றால் உதவிதான் என்று அர்த்தம் எடுத்துக்கொள்ளலாம். ஆட்டோக்காரர்கள் நமக்குப் பல உதவிகளைச் செய்கிறார்கள் அல்லவா?

அப்போ அஜக்கு? அதற்கும் அர்த்தம் இருக்குமோ? உங்களுக்குத் தெரிந்தால் சொல்லுங்கள்!

99. ளழளழ

படம்: பயணங்கள் முடிவதில்லை
பாடல்: ஏ ஆத்தா
எழுதியவர்: கங்கை அமரன்
இசை: இளையராஜா
பாடியவர்: எஸ்.பி. பாலசுப்ரமணியம்

சிரிச்ச சிரிப்புல சில்லறையும் சிதறுது,
செவந்த மொகம் கண்டு என் மனசு பதறுது,
பவள வாயில தெரியுற அழக,
பார்த்ததுமே மனசும் பட்டுத் துடிக்குது!

'பச்சை மாமலைபோல் மேனி, பவள வாய் கமலச் செங்கண்' என்பது தொண்டரடிப்பொடியாழ்வார் எழுதி மிகப் பிரபலமான பிரபந்தப் பாடல். அதில் வருவது பவள வாய். ளகரம்.

இந்த சினிமாப் பாடலில் கங்கை அமரனும் 'பவள வாய்' என்றுதான் எழுதியிருக்கிறார். பாடிய SPBயும் தெளிவாக ளகரம் சேர்த்துப் பாடுகிறார்.

ஆனால் பலர் 'பவழம்' என்றும் எழுதுகிறார்கள். அப்படியானால் ஆழ்வாரும், கங்கை அமரனும் எழுதியது தவறா? அல்லது, அவர்கள் எழுதியபடி 'பவளம்'தான் சரியா?

தமிழ் இலக்கணத்தில் 'போலி' என்று ஒரு சமாசாரம் உண்டு. ஒரு சொல்லில் உள்ள ஓர் எழுத்து (அல்லது சில எழுத்துகள்) முறைப்படி எழுதவேண்டிய வழக்கத்திலிருந்து மாறிக் காணப்படும். பின்னர் அதை அப்படியே மக்கள் பயன்படுத்திப் பயன்படுத்தி அதுவே நிலைத்துவிடும்.

உதாரணமாக, 'மனம்' என்பது 'மனது' அல்லது 'மனசு' என்று மாறும். 'ஐந்து' என்பது 'அஞ்சு' என மாறும். இவற்றை 'நாலு வரி நோட்'டில் ஏற்கெனவே பார்த்திருக்கிறோம்.

அதன்படி, இங்கே பவளம், பவழம் இரண்டில் ஒன்றுதான் சரி, இன்னொன்று போலி என்று நாம் ஊகிக்கலாம். அதாவது, பவளம் சரி என்றால், பவழம் போலி, அல்லது *Vice Versa*.

பெரும்பாலானோர் 'பவழம்'தான் சரி, ழகரம் உச்சரிக்க வராத மக்கள் அதைப் 'பவளம்' என்று மாற்றிவிட்டதாகச் சொல்கிறார்கள். எனக்கு அது சரியாகத் தோன்றவில்லை.

காரணம், தமிழில் ழகரம் வரும் சொற்கள் ஏராளமாக உள்ளன. அவை எல்லாமா 'ளகர'த்துக்கு மாறிவிட்டன? பவழம்தான் சரி, பவளம் போலி என்று உறுதியாகச் சொல்லத்தக்க சான்றுகள் எனக்குத் தெரிந்து இல்லை.

பவளம், பவழம் இரண்டும் ஒரே மீட்டர் (புளிமா). எனவே, இவற்றில் ஒன்றைத் தூக்கிவிட்டு இன்னொன்றை அங்கே சுலபமாக வைத்துவிடலாம். ஒரு பாடலின் ஒலி அழகு கெடாது.

அதேபோல், பவ'ள'ம், பவ'ழ'ம் என்ற சொல் இணையில் பிரச்னைக்குரிய எழுத்து (ழ அல்லது ள) மூன்றாவதாக இருக்கிறது. எனவே, மரபுக் கவிதைகளில் வருகிற எதுகை நயத்தை வைத்தும் இவற்றில் எது சரி என்று நாம் கண்டுபிடிக்கமுடியாது.

ஆக, பவளமா, பவழமா என்கிற கேள்விக்கான விடையை நாம் மரபுக்கவிதை இலக்கணத்தை வைத்தும் பெற இயலாது.

இதன் அர்த்தம், 'ஐந்து' என்பது சரி, 'அஞ்சு' என்பது போலி

என்று உறுதியாகச் சொல்வதைப்போல், பவளம், பவழம் விஷயத்தில் நம்மால் ஓர் உறுதியான தீர்மானத்துக்கு வர இயலவில்லை. பழந்தமிழ் இலக்கியங்களில் பவழம், பவளம் இரண்டுமே பயன்பட்டுள்ளன.

ஆகவே, இவற்றில் ஒன்று போலியாக இருந்தாலும்கூட, நெடுநாளாகப் பயன்பாட்டில் உள்ளதால் எது நிஜம், எது போலி என்பதே தெரியாத அளவுக்கு மயங்கிவிட்டோம்!

பவளமோ பவழமோ, பொதுவாகச் செக்கச் சிவந்த உதட்டுக்குதான் உவமையாகச் சொல்லப்படும். அதைப் பார்த்த மோகத்தில் வாய் குழறுவது சகஜம்தான்!

100. மன்னவன் ஒருவன்

படம்: மன்மதன் அம்பு
பாடல்: நீல வானம்
எழுதியவர்: கமல் ஹாசன்
இசை: தேவி ஸ்ரீ பிரசாத்
பாடியவர்கள்: கமல் ஹாசன், பிரியா ஹிமேஷ்

என்னைப்போலே பெண் குழந்தை,
உன்னைப் போலே ஒரு ஆண் குழந்தை,
நாம் வாழ்ந்த வாழ்வுக்குச் சான்றாவது
இன்னொரு உயிர்தானடி!

ஆங்கிலத்தில் ஒரே ஒரு பொருள், அல்லது மனிதர் அல்லது விலங்கைக் குறிப்பிடுவதற்கு 'a' மற்றும் 'an' என்ற சொற்களைப் பயன்படுத்துகிறோம். அதுவே பன்மையாக வந்தால் 'few', 'some', 'many' என்பதுபோன்ற சொற்கள் உள்ளன.

இவற்றுக்கு இணையாகத் தமிழில் உள்ள சொற்கள்: 'ஒரு', 'ஓர்', 'சில', 'பல'...

உதாரணமாக, 'a ball' என்பது 'ஒரு பந்து' என மாறும், 'few balls' என்பது 'சில பந்துகள்' என்று ஆகும், 'an ant' என்பது 'ஓர் எறும்பு' என எழுதப்படும்.

இந்தச் சொற்களைப் பயன்படுத்தும்போது ஒரே ஒரு பிரச்னை, 'ஒரு' அல்லது 'சில' என்றால் அது உயர்திணையா, அஃறிணையா, ஆணா, பெண்ணா என்று வித்தியாசம் காணமுடியாது.

ஆங்கிலத்தில் இதற்குத் தீர்வு கிடையாது. தமிழில் உண்டு.

ஒரு பந்து, ஓர் எறும்பு என்ற சொற்களைத் தமிழில் வேறுவிதமாகவும் சொல்லமுடியும்: பந்து ஒன்று, எறும்பு ஒன்று.

அப்படியானால், 'ஒரு ராஜா', 'ஒரு ராணி' என்பதை எப்படி எழுதுவது?

'ராஜா ஒருவன்', 'ராணி ஒருத்தி'.

'சில ராஜாக்கள்' என்பதை?

'ராஜாக்கள் சிலர்'!

ஆக, பெயர்ச்சொல்லுக்கு முன்னால் ஒரு, ஓர், சில, பல போன்றவற்றைப் பயன்படுத்தாமல், அதைத் தூக்கிப் பெயர்ச் சொல்லுக்குப் பின்னால் போட்டால், ஒருவன், ஒருத்தி, ஒன்று, சிலர், சிலது, பலர், பலது என்று அது பலவிதமாக மாறி, சம்பந்தப்பட்ட பெயர்ச் சொல் ஆணா அல்லது பெண்ணா, உயர்திணையா அல்லது அஃறிணையா, ஒருமையா அல்லது பன்மையா என்றெல்லாம் அழகாகக் காண்பித்துவிடுகிறது.

சொல்லப்போனால், உயர்திணைக்கு 'ஒரு', 'ஓர்', 'சில', 'பல' போன்றவற்றைப் பயன்படுத்தவே கூடாது என்கிறார்கள். 'ஒரு மன்னன்' என்பதைவிட 'மன்னன் ஒருவன்' என்பதுதான் சரியாம். இதற்கு இலக்கண நெறிகள் எதையும் கண்டதில்லை. ஆனால் இதுதான் மரபு என்று வாசித்துள்ளேன்.

அந்த மரபுப்படி, நீல வானத்தின்கீழ் இந்தக் காதலனும் காதலியும் விரும்புவது, ஒரு பெண் குழந்தை, ஓர் ஆண் குழந்தை அல்ல, ஆண் குழந்தை ஒருவன், பெண் குழந்தை ஒருத்தி!

101. யாரோ ஆட்டும் பொம்மை

படம்: பார்த்தாலே பரவசம்
பாடல்: பார்த்தாலே பரவசமே
எழுதியவர்: நா. முத்துக்குமார்
இசை: ஏ.ஆர். ரஹ்மான்
பாடியவர்கள்: ரெஹானா, கங்கா, ஃபெபி, ஃபெஜி, பூர்ணிமா

ராத்திரியின் சொந்தக்காரா, ரகசியப் போர் வித்தைக்காரா,
முத்தத்தால் வன்முறை செய்வாயா?
பார்த்தாலே பரவசமே!

'வசம்' என்ற சொல்லை, ஏதோ ஒன்றைத் தன்னிடம் வைத்திருப்பது என்கிற பொருளில் பயன்படுத்துகிறோம். உதாரணமாக, 'இந்தப் பையன் கைவசம் நிறைய திறமைகள் இருக்கு!'

இதையே செயலாகவும் குறிப்பிடலாம், 'என்ன மாயமோ, அந்தப் பொண்ணு என் பையனை அப்படியே வசப்படுத்திட்டா!'

இப்படிப்பட்ட ஒரு நிலையைதான் 'பரவசம்' என்கிறோம், பர + வசம், அதாவது, ஒருவர் தன்னுடைய கட்டுப்பாட்டில்

இல்லை, சுய வசத்தில் இல்லை, இன்னொருவருடைய, அல்லது இன்னொன்றுடைய (பர) வசத்தில் இருக்கிறார். தேசி, பரதேசிபோல, வசம், பரவசம்.

இந்தப் பாடலில் காதலனைச் சூழும் பெண்கள் உன்னைப் 'பார்த்தாலே பரவசம்' என்கிறார்கள். அதாவது, 'டேய், உன்னைப் பார்த்தாலே போதும், அடுத்த விநாடி எங்க மனசு எங்க கையில இருக்கறதில்லைடா!'

இதையே கோயிலில் கடவுள் முன்னால் நிற்கும்போதும் சொல்லலாம். கண்ணனைப்பற்றி ஊத்துக்காடு வேங்கடசுப்பையர் 'பால் வடியும் முகம், நினைந்து நினைந்து என் உள்ளம், பரவசம் மிக ஆகுதே' என்று பாடுவார்.

இந்தப் பரவசத்துக்கு 'இன்னொருவர் வசம்' என்பதைத்தவிர இன்னோர் அர்த்தமும் சொல்லலாம்: பரவசம் = பரன் + வசம்.

பரன் என்றால் கடவுள், பரவசம், பரன் + வசம் என்றால் கடவுளின் வசம், 'நானா இயங்குகிறேன்? என்னை ஆட்டுவிப்பவன் அவன் அல்லவா?' என்கிறார்கள் பக்தர்கள்!

102. மென்மஞ்சம்

படம்: ராஜபார்ட் ரங்கதுரை
பாடல்: மதன மாளிகையில்
எழுதியவர்: கண்ணதாசன்
இசை: எம். எஸ். விஸ்வநாதன்
பாடியவர்கள்: டி.எம். சௌந்தர்ராஜன், பி. சுசீலா

அழகு மாணிக்கமா, கட்டில்
அனிச்ச மலரணையா!
வாசலில் தோரணம் உன்னை
வரச்சொல்லும் தோழிகளா!

முதலிரவில் கட்டில்மீது மலர் தூவுவார்கள் என்று தெரியும். அதில் என்ன குறிப்பாக அனிச்ச மலரணை?

அதற்குமுன்னால், கட்டில்மீது எதற்குப் பூவைத் தூவுகிறார்கள்?

என்னதான் மென்மையான மெத்தையாக இருப்பினும், அதில் சில நுட்பமான தூசுகள் இருந்தே தீரும், அவை நாயகன், நாயகியின் உடலை உறுத்திவிட்டால் காதல் நாடகத்துக்கு இடைஞ்சல் இல்லையா?

அதைத் தவிர்ப்பதற்காகதான் மெத்தையின்மீது மலர்களைத் தூவுகிறார்களாம். அவை உடம்பை உறுத்தாது, மென்மையாக ஒத்தடம்தான் கொடுக்கும்.

பொதுவாக எல்லா மலர்களுமே (காலிஃப்ளவர்தவிர) மென்மையானவைதான். அவை செடியில் இருக்கும்வரை அழகு, பறிக்க முயன்றாலே கொஞ்சம் சிதையும், பறித்துவிட்டால் வாடத் தொடங்கிவிடும்.

அதிலும் குறிப்பாக, அனிச்ச மலர் மிகவும் மென்மையானது. அதைப் பறிக்கக்கூட வேண்டாம், சும்மா முகர்ந்து பார்த்தாலே குழைந்து துவண்டுவிடும்.

இதைதான் திருவள்ளுவர் தாடியைத் தடவியபடி சொன்னார், 'மோப்பக் குழையும் அனிச்சம்!'

'மோத்தல்' என்றால் முகர்ந்து பார்த்தல், 'நாய் மோப்பம் பிடிக்கிறது' என்கிறோமே, அதே மோப்பம்தான் இதுவும்.

இதே சொல் குடும்பத்தைச் சேர்ந்த இன்னொரு பிரபலமான சொல், 'முகர்தல்'. 'அவன் நறுமணத்தை நன்கு முகர்ந்தான்' என்று படித்திருப்போம்.

சிலர் இதனை 'நறுமணத்தை நுகர்ந்தான்' என்றும் எழுதுவார்கள். அது சரியா?

'நுகர்தல்' என்றால் பயன்படுத்துதல் என்று அர்த்தம். 'நுகர்வோர் உரிமைச் சட்டம்' என்று செய்திகளிலும் 'நுகர்வோரே! விழித்திடுங்கள்' என்று தூர்தர்ஷன் விளம்பரங்களிலும் இதைக் கேட்டிருப்போம்.

ஆக, 'நறுமணத்தை நுகர்ந்தான்' என்றால், நறுமணத்தைப் பயன்படுத்தினான் என்றுதான் அர்த்தம். 'நறுமணத்தை முகர்ந்தான்' என்றால் மூக்கால் வாசனை பிடித்தான் என்று அர்த்தம்!

சுற்றிவளைத்துப் பார்த்தால், இரண்டும் ஒன்றுதானோ?!

103. காதல் கரம்

படம்: இருவர்
பாடல்: ஹல்லோ மிஸ்டர் எதிர்க்கட்சி
எழுதியவர்: வைரமுத்து
இசை: ஏ. ஆர். ரஹ்மான்
பாடியவர்: ஹரிணி

காதலா, காதலா, உனை நான் விடமாட்டேன்,
கைத்தலம் பற்றுவேன், பிரிய விடமாட்டேன்,
கண்கள் மீதாணை, அழகு மீதாணை, விடவே விடமாட்டேன்!

'கைத்தலம்' என்ற சொல்லை நம்மிடையே மிகவும் பிரபலப்படுத்தியவர்கள், இரண்டு கவிஞர்கள். ஒன்று ஆண்டாள், இன்னொன்று அருணகிரிநாதர்.

'வாரணமாயிரம் சூழ வலம் செய்து நாரண நம்பி நடக்கின்றான்' என்று கல்யாணக் கனவைச் சொல்லத் தொடங்கிய ஆண்டாள், 'கைத்தலம் பற்றக் கனாக் கண்டேன்' என்கிறாள்.

ஆண்டாள் இப்படிக் காதலோடு பாட, அருணகிரிநாதர் பக்தி நெறி நிற்கிறார். 'கைத்தல நிறை கனி, அப்பமோடு அவல் பொரி' என்று பட்டியல் போட்டுப் பிள்ளையாரை அழைத்து வழிபடுகிறார்.

உண்மையில் 'கைத்தலம்' என்றால் என்ன?

இந்த இரண்டு பாடல்களிலும், வைரமுத்துவின் இந்தத் திரைப்படப் பாடலிலும் கைத்தலம் என்றால் உள்ளங்கை என்றுதான் அர்த்தம் தோன்றுகிறது. 'உள்ளங்கையைப் பற்றுவேன், உள்ளங்கையைப் பற்றக் கனாக்கண்டேன், உள்ளங்கையில் கனிகளை நிறைத்துவைத்தேன்'...

ஆனால் 'கைத்தலம்' என்பது கையாகிய தலம், அதாவது முழுக் கையையும் குறிக்கும். உள்ளங்கையும் அதன் பகுதி என்பதால், அதையும் குறிக்கும்.

கம்ப ராமாயணத்தில் ஒரு பாடல்.

ஓர் இளம் பெண். இவளுக்கு இடை இருக்கிறதா, அல்லது பொய்யான தோற்றமா என்று மயக்கமே ஏற்படும் அளவுக்குச் 'சிக்'கென்ற பேரழகி.

அவளுடைய காதலன், அவளை நெருங்குகிறான், கட்டித் தழுவுகிறான். ஆனால் அவளோ, ஏதோ ஞாபகத்தில் மூழ்கியிருக்கிறாள். இப்போது அவளுக்குக் காதல் விளையாட்டுகளில் ஆர்வம் இல்லை. அவனுடைய கைகளை விலக்கிவிடுகிறாள்.

உடனே, அந்தக் காதலன் அதிர்ந்துபோகிறான், அவள் அவனுடைய கையை ஒதுக்கிவிட்ட செயல், அவன் நெஞ்சில் கூர்வாள் பாய்ந்ததைப்போல் இருந்தது என்கிறார் கம்பர்.

ஓர் ஆணின் நெஞ்சம் இப்படிப் புண்ணாவதை அவர் விரும்புவாரா? 'கைத்தலம் நீக்கினள், கருத்தின் நீக்கலள்' என்று சமாதானப்படுத்துகிறார். அதாவது, கையைதான் விலக்கினாள், கருத்திலிருந்து அவனை நீக்கவில்லை.

புரியலையா? அவ ஏதோ வேலை விஷயத்தை யோசிச்சுகிட்டிருக்காய்யா, டிஸ்டர்ப் பண்ணாதே, கொஞ்ச நேரம் டிவி பார்த்துட்டு வா, அப்புறமா ரொமான்ஸ் பண்ணலாம்!

104. சரியோ? தவறோ?

படம்: தெய்வத்தாய்
பாடல்: ஒரு பெண்ணைப் பார்த்து நிலவைப் பார்த்தேன்
எழுதியவர்: வாலி
இசை: விஸ்வநாதன் ராமமூர்த்தி
பாடியவர்: டி. எம். சௌந்தர்ராஜன்

கொடி மின்னல் போல் ஒரு பார்வை,
மானோ மீனோ என்றிருந்தேன்!
குயில் ஓசை போல் ஒரு வார்த்தை,
குழலோ யாழோ என்றிருந்தேன்!

இந்தப் பாட்டைத் திருவள்ளுவர் எழுதியிருந்தால், 'மான் இனிது, மீன் இனிது என்பர் தம் காதலியர் கூர்மைக் கண் பாராதவர்' என்று தொடங்கியிருப்பார்.

அது நிற்க. இணையத்தில் ஒரு செய்தியைப் படித்துக்கொண்டிருந்தேன். 'இந்தத் திட்டம் வருகிற நவம்பரிலோ அல்லது டிசம்பரிலோ அமலுக்கு வரும்' என்று எழுதியிருந்தார்கள்.

தமிழில் ஓகாரம், ‘ஆவது’ என்ற சொல்லில் முடியும் இரு சொற்களை அடுத்தடுத்து எழுதும்போது, இடையில் ‘அல்லது’ என்று சேர்க்கவேண்டியதில்லை. காரணம், அந்த ஓகாரம் / ‘ஆவது’ என்பதிலேயே ‘அல்லது’ என்பதும் இருக்கிறது.

அதாவது, ‘மானோ மீனோ’ என்று சொன்னாலே, மானோ அல்லது மீனோ என்றுதான் அர்த்தம். ஒருவேளை அந்த ஓகாரம் இல்லாவிட்டால் ‘மான் அல்லது மீன்’ என்று எழுதலாம்.

அதேபோல், ‘இன்றைக்காவது அல்லது நாளைக்காவது’ என்று எழுதவேண்டியதில்லை. ‘இன்றைக்கு அல்லது நாளைக்கு’ என்று எழுதலாம், ‘இன்றைக்காவது நாளைக்காவது’ என்று எழுதலாம், ‘இன்றைக்கோ நாளைக்கோ’ என்று எழுதலாம்.

எதற்கு அநாவசியமாக அல்லதைச் சேர்க்கவேண்டும்? நல்லதைச் சேர்த்தால் போதுமே!

105. இயந்திரப் படைப்பா அவள்?

படம்: இந்தியன்
பாடல்: டெலிஃபோன் மணிபோல்
எழுதியவர்: வைரமுத்து
இசை: ஏ. ஆர். ரஹ்மான்
பாடியவர்கள்: ஹரிஹரன், ஹரிணி

சோனா, சோனா, இவள் அங்கம் தங்கம்தானா,
சோனா, சோனா, இவள் லேட்டஸ்ட் செல்லுலார் ஃபோனா
கம்ப்யூட்டர் கொண்டிவளை அந்த பிரம்மன் படைத்தானா?

கடைக்குச் செல்கிறோம். அழகிய சிலை ஒன்றை வாங்குகிறோம். விலை ஐயாயிரம் ரூபாய்.

பக்கத்திலேயே, கிட்டத்தட்ட அதேமாதிரி இன்னொரு சிலை இருக்கிறது. அதன் விலை ஐம்பதாயிரம் என்கிறார்கள்.

ஏன் இந்த விலை வித்தியாசம்? இரண்டும் ஒரே சிலைதானே?

கடைக்காரர் சிரிக்கிறார். ‘சார், இது மெஷின்ல தயாரிச்சது, ஸ்விட்சைத் தட்டினா இந்தமாதிரி நூறு சிலை வந்து விழும், ஆனா அது கையால செஞ்சது, *handmade*ங்கறதால இந்தமாதிரி

இன்னொண்ணை நீங்க பார்க்கவே முடியாது, அதுக்குதான் மதிப்பு அதிகம், காசும் அதிகம்!'

அப்படியானால் இந்தப் பாடலில் கதாநாயகியை *'கம்ப்யூட்டர் கொண்டிவளை அந்த பிரம்மன் படைத்தானா?'* என்று வைரமுத்து எழுதுவது புகழ்ச்சியா? அல்லது, நீயும் template அழகிதான் என்று மட்டம் தட்டுகிறாரா? :)

சுவையான குழப்பம், அந்தக் காதலிக்குச் சொல்லிவிடாதீர்கள், பாடிய காதலன் பாடு பேஜாராகிவிடும்!

கிட்டத்தட்ட இதேமாதிரி ஒரு புகழ்ச்சியை சீதைக்குக் கம்பரும் செய்கிறார். ஆனால் அவர் காலத்தில் கம்ப்யூட்டர் இல்லை. ஆகவே, 'ஆதரித்து, அமுதத்தில் கோல் தோய்த்து, அவயவம் அமைக்கும் தன்மை யாது என்று திகைக்கும்' என்கிறார்.

அதாவது, சீதையைப் படமாக வரைய விரும்பிய மன்மதன் அமுதத்தில் தூரிகையைத் தோய்த்து வரையத் தொடங்கினானாம். 'இந்த அழகை எப்படி வரையமுடியும்?' என்று திகைத்து நின்றானாம். அப்படி ஓர் அழகு சீதை!

ஒருவேளை இந்தப் பாட்டு சீதைக்கும் ராமனுக்கும் டூயட் என்றால், ரஹ்மான் தந்த இதே மெட்டில் கம்பரின் சிந்தனையை 'அமுதத்தில் கோல்தோய்த்து அந்த மாரன் திகைத்தானா?' என்று பொருத்திவிடலாம்!

106. பூக்கள் சொன்ன ரகசியம்

படம்: கூலிக்காரன்
பாடல்: குத்துவிளக்காக
எழுதியவர்: டி. ராஜேந்தர்
இசை: டி. ராஜேந்தர்
பாடியவர்கள்: எஸ்.பி. பாலசுப்ரமணியம், எஸ். ஜானகி

பல வண்ணப் பூக்கள், பாடுது பாக்கள்
அது ஏன் தேன் சிந்துது?
அது நீ பூ என்குது!

இந்தப் பாடலைக் கேட்டுக்கொண்டிருக்கும்போதே 'என்குது' என்கிற வார்த்தையால் திகைத்துப்போனேன். ரீவைண்ட் செய்து மறுபடி தெளிவாகக் கேட்டேன், 'என்குது' என்றுதான் பாடுகிறார் எஸ். பி. பி.

'என்கிறது' என்ற சொல்லின் சுருக்கம்தான் இது. ஆனால், சாதாரணமாக நாம் எழுத்திலோ பேச்சிலோ பயன்படுத்துகிற வார்த்தை அல்ல. பாடல்களில்கூட, மிக அபூர்வமாகவே தென்படுகிறது.

உதாரணமாக, 'தோட்டத்தில் மேயுது வெள்ளைப்பசு' என்ற

கவிமணியின் பிரபலமான குழந்தைப் பாடலில், ‘அம்மா என்குது வெள்ளைப் பசு’ என்று ஒரு வரி வரும்.

கவிமணி பாடலிலும் சரி, டி. ராஜேந்தரின் பாடலிலும் சரி, ‘என்குது’ என்பதற்குப் பதில் ‘என்கிறது’ என்று எழுதினால் மெட்டுக்குப் பொருந்தாது. அதையே கொஞ்சம் சுருக்கி ‘என்றது’ என்று எழுதினால் கச்சிதமாகப் பொருந்தும். இவர்கள் இருவரும் பிரபலமான அந்த வார்த்தையைத் தவிர்த்து வேண்டுமென்றே ‘என்குது’ என்ற சொல்லைப் பயன்படுத்தியிருக்கிறார்கள் என்று ஊகிக்கிறேன். அதற்கும் ஒரு தனி அழகு இருக்கிறதுதான்!

நல்லவேளையாக, நாமும் இந்தச் சொல்லைக் கைவிட்டுவிடவில்லை. கொஞ்சம் மாறுபட்ட வடிவத்தில் இன்னும் பயன்படுத்திக்கொண்டுதான் இருக்கிறோம்.

உதாரணமாக, ‘கதவை இழுத்து இழுத்துப் பார்த்தேன், திறக்கமாட்டேங்குது’ என்று சொல்கிறோம் அல்லவா? அதன் எழுத்து வடிவம், ‘திறக்க மாட்டேன் என்குது’. அதுதான் பின்னர் ‘திறக்கமாட்டேனென்குது’ என்று மாறி, திரிந்து, ‘திறக்கமாட்டேங்குது’ என்று சிதைந்துவிட்டது!

அதாவது, ‘என்குது’ என்ற சொல்லின் சிதைந்த வடிவம்தான், இன்று நாம் சர்வசாதாரணமாகப் பயன்படுத்துகிற ‘ங்குது’ என்ற விகுதி.

இது உங்கள் மனத்தில் விளங்குவேன் என்குதா? விளங்கமாட்டேங்குதா? :)

107. எல்லாம் சிவமயம்

படம்: திருவருட்செல்வர்
பாடல்: சித்தமெல்லாம் எனக்குச் சிவமயமே
எழுதியவர்: கண்ணதாசன்
இசை: கே. வி. மகாதேவன்
பாடியவர்: டி. எம். சௌந்தர்ராஜன்

சித்தமெல்லாம் எனக்கு சிவமயமே, இறைவா, உன்னைச்
சேவித்த கரங்களுக்கு இல்லை பயமே!
அத்தன் இல்லாமல் ஒரு அம்மை இல்லை, அந்த
அம்மை இல்லாமல் இந்தப் பிள்ளை இல்லை!

'அத்தான்' தெரியும், அது என்ன 'அத்தன்'?

அடுத்து வரும் 'அம்மை'யோடு சேர்த்துப் பார்த்தால் பொருள் தெரிந்துவிடும். அத்தன் என்றால் தந்தை என்று பொருள்.

சுந்தரர் தன்னுடைய ஒரு பாடலில் சிவனை 'பித்தா! பிறைசூடி! பெருமானே! அருளாளா! அத்தா!' என்பார். இந்தத் திரைப்படப் பாடலின் தொடக்கத்திலேயே நாம் அதைக் கேட்கலாம்.

இன்றைக்கும் இஸ்லாமியர்களின் வீடுகளில் தந்தையை 'அத்தா' என்று அழைக்கும் பழக்கம் இருக்கிறது. அதேபோல்

மலையாளிகள் 'அச்சா' (அதாவது, 'அச்சன்', 'அச்சனே') என்ற வார்த்தையைப் பயன்படுத்துகிறார்கள்.

கம்ப ராமாயணத்தின் ஒரு பாடலில் ராமன் தன் தம்பி லட்சுமணனிடம், 'அத்தா! இது கேள்!' என்று தொடங்கிப் பேசுவான். இன்னொரு பாடலில் விபீஷணன் தன் அண்ணன் ராவணனிடம் 'அத்த! என் பிழை பொருத்தருள்' என்பான்.

என்ன குழப்பம் இது? ராமனுக்கு எப்படி லட்சுமணன் தந்தை ஆவான்? விபீஷணனுக்கு எப்படி ராவணன் தந்தை ஆவான்?

அது ஒன்றும் பெரிய மர்மம் இல்லை. தம்பியிடமோ அண்ணனிடமோ உரையாடும்போது, 'அப்படி இல்லைப்பா' என்று பேச்சுவாக்கில் சொல்கிறோம் அல்லவா? அதுபோலதான் ராமனும் விபீஷணனும் 'அத்தன்' என்ற சொல்லைப் பயன்படுத்துகிறார்கள். இந்த இரண்டு பாடல்களிலும் அதன் பொருள், 'எனக்கு தந்தையைப்போன்றவனே!'

108. உயர்

படம்: புதிய மன்னர்கள்
பாடல்: வானில் ஏணி போட்டு
எழுதியவர்: பழநிபாரதி
இசை: ஏ. ஆர். ரஹ்மான்
பாடியவர்: மனோ

வானில் ஏணி போட்டு கொடி கட்டு!
மின்னல் நமக்கு தங்கச் சங்கிலி,
விண்மீன் எல்லாம் சின்ன மின்மினி,
வானவில்தான் நம் வாலிப தேசக்கொடி!

சென்னையில் ஒரு பெரிய கார்ப்பரேட் அலுவலகம். ஆனாலும் எப்படியோ பெயர்ப்பலகைகளில் ஆங்கிலத்தோடு தமிழுக்கும் சம உரிமை அளித்திருந்தார்கள்.

என்னுடன் வந்திருந்த நண்பர் 'மின் தூக்கி' என்ற பெயரைப் பார்த்துவிட்டு நக்கலாகச் சிரித்தார். 'அபத்தமான மொழிபெயர்ப்பு' என்றார்.

'ஏன்? *Lift*ங்கறது ஆங்கிலப் பெயர், அதற்கு இணையான தமிழ்ச்சொல் தூக்குதல், அப்படின்னா மின்சாரத்தால இயங்கற

‘தூக்கி’ங்கற பெயர் சரியாதானே இருக்கு?’ என்றேன்.

‘அதென்னவோ, எனக்குத் தூக்கிங்கற பெயர் இயல்பாத் தோணலை’ என்றார் அவர், ‘இதையே ஏணின்னு சொல்லிப்பாருங்க, அது ரொம்ப இயல்பா இருக்கு!’

நண்பருக்கு விளக்க முயன்றேன். ‘நம்மைத் தூக்கிச் செல்லுதல்’ என்பது செயல், அதைச் செய்யும் கருவியைத் ‘தூக்கி’ என்று சொல்வதில் எந்தத் தவறும் இல்லை.

சொல்லப்போனால், ‘ஏணி’ என்ற சொல்லே இப்படி வந்ததுதான்.

தமிழில் ‘ஏண்’ என்றால் உயர்வு என்று அர்த்தம். ‘ஏணிலேன்’ என்று திருமங்கை ஆழ்வார் தன்னைச் சொல்லிக்கொள்வார். அதாவது, ஏண் இலேன், கடவுளுக்கு முன்னால் நான் எந்த உயர்வும் இல்லாத சாதாரண ஆள் என்று பொருள்.

ஏண் என்றால் உயர்வு, நாம் உயர்வடைய உதவும் கருவிக்கு ‘ஏணி’ என்று பெயர்.

அதே முறைப்படி, ‘தூக்கு’ என்ற சொல்லில் இருந்து ‘தூக்கி’ என்ற சொல் வரலாம்தானே?

109. விஸ்வநாதன், நெல் வேண்டும்!

படம்: காதலிக்க நேரமில்லை
பாடல்: விஸ்வநாதன், வேலை வேணும்
எழுதியவர்: கண்ணதாசன்
இசை: விஸ்வநாதன், ராமமூர்த்தி
பாடியவர்: பி.பி. ஸ்ரீனிவாஸ்

மாடி மேல மாடி கட்டி
கோடி கோடி சேர்த்துவிட்ட சீமானே!
ஆளு அம்பு சேனை வெச்சு, காரு வெச்சு
போரடிக்கும் கோமானே!

பழந்தமிழ் நாட்டில் மாடு கட்டிப் போரடித்தால் கட்டுப்படியாகாது என்று யானை கட்டிப் போரடித்ததாகச் சொல்வார்கள். ஆனால் இந்தப் பாட்டில் வருகிற விஸ்வநாதன் என்ற சீமான் *Car* வைத்துப் போரடித்ததாக எழுதுகிறார் கண்ணதாசன்.

மாடோ, யானையோ, காரோ, போரடித்தல்ன்னா என்ன?

நானும் பார்த்ததில்லை. படித்துத் தெரிந்துகொண்டதைச் சொல்கிறேன்.

நெல்வயலில் இருந்து கதிர்களை அறுவடை செய்தபிறகு, அவற்றிலிருந்து தானிய மணிகளைப் பிரித்து எடுத்தால்தானே அரிசி கிடைக்கும்? அதற்காக, அறுத்த கதிர்களைக் கையில் பிடித்து அடிப்பார்கள், அவற்றிலிருந்து நெல் மணிகள் மொத்தமாகக் கீழே விழும்.

ஆனால் அப்போதும், சில நெல் மணிகள் பிடிவாதமாகக் கதிரிலேயே ஒட்டிக்கொண்டிருக்கும். அவற்றை ஒவ்வொன்றாகப் பிரித்து எடுக்கவா முடியும்?

அதற்காக, அடித்து முடித்த கதிர்களையெல்லாம் ஒரு களத்தில் வட்டமாகப் பரப்பிவைப்பார்கள். அதன்மீது மாடுகளை நடந்துவரச் செய்வார்கள். அவை மிதிக்க மிதிக்க, கதிர்களில் மீதமுள்ள நெல்மணிகள் அனைத்தும் உதிர்ந்துவிடும். இதற்குதான் போரடித்தல் அல்லது சூடடித்தல் என்று பெயர்.

விளைந்த நெற்கதிர்களின் அளவு குறைவாக இருந்தால், மாடுகளை மிதிக்கச் சொல்லலாம். நிறைய்ய்ய்ய இருந்தால்? அதற்குப் பெரிய யானைகளோ கார்களோ தேவைப்படும் என்று பாடல்களில் புலவர்கள் உயர்வு நவிற்சி அணியாக மிகைப்படுத்திச் சொல்லிப் புகழ்கிறார்கள்!

இதற்குமேல் இந்த விஷயத்தை விவரித்தால் *bore* அடித்துவிடும்!

110. மெல்ல ஊர்ந்து ஊர்ந்து...

இன்றைக்கு எதைப்பற்றி நாலு வரி நோட் எழுதலாம் என்று நெடுநேரம் யோசித்துக்கொண்டிருந்தேன். கம்ப்யூட்டர்மீது ஓர் எறும்பு ஊர்ந்தது. இதைப்பற்றி எழுதினால் என்ன?

சட்டென்று 'ருக்குமணி ருக்குமணி' பாடல்தான் மனத்தில் ஓடியது. 'சின்னஞ்சிறு பொண்ணுக்கு ஆசை ரொம்ப இருக்கு, சீனிக்குள்ள எறும்பு மாட்டிகிட்ட கணக்கு' என்று அழகாக முதலிரவுக் காட்சியைப் பதிவு செய்திருப்பார் வைரமுத்து.

வாலிக்கும் எறும்பு பிடிக்கும், அதைவிட, வார்த்தை விளையாட்டு பிடிக்கும், வைரமுத்துவைப்போலவே அவரும் சர்க்கரையாகக் காதலையும், எறும்பாகக் காதலர்களையும் வர்ணித்து 'சக்கர இனிக்குற சக்கர, அதில் எறும்புக்கு என்ன அக்கறை?' என்று கேட்பார் குறும்புடன்.

வைரமுத்துவுக்கு மட்டும் குறும்புத்தனம் இல்லையா என்ன? 'கண்ணா என் சேலைக்குள்ளே கட்டெறும்பு புகுந்துடுச்சு, எதுக்கு?' என்று காதலியைக் கேட்கவைத்து, 'கண்ணே, நீ வெல்லமுன்னு கட்டெறும்பு தெரிஞ்சுகிச்சு' என்று காதலனைப் பதில் சொல்லச்செய்வார்.

வாலி இன்னொரு படி மேலே போய், கட்டெறும்பு காதலியை மட்டுமா? அவள் பெயரைக்கூட மொய்க்கும் என்பார், ‘நாட்குறிப்பில் நூறுமுறை உந்தன் பெயரை எழுதும் எந்தன் பேனா, எழுதியதும் எறும்பு மொய்க்கப் பெயரும் ஆனதென்ன தேனா!’

காதலி சம்மதம் சொல்லிவிட்டால்தான் வெல்லம், இல்லாவிட்டால், கண்ணாடி ஜாடிக்குள் இருந்து கைக்கு எட்டாத குலாப் ஜாமூன். ‘இமய மலை என்று தெரிந்தபின்னும் எறும்பின் ஆசையோ அடங்கவில்லை’ என்று வைரமுத்துவின் வரி.

எறும்பு காதலுக்கு மட்டுமல்ல, மற்ற விஷயங்களுக்கும் உவமையாகும், ‘ஈ, எறும்பும் உன் படைப்பில் இனிமை காணுதே’ என்று கடவுளிடம் வேண்டும் சின்னப் பிள்ளைக்கு வாலி எழுத, ‘நம்பிக்கையே நல்லது, எறும்புக்கும் வாழ்க்கை உள்ளது’ என்பார் வைரமுத்து.

என்ன திரும்பத் திரும்ப வாலி, வைரமுத்து? மற்ற கவிஞர்கள் யாரும் எறும்பை எழுதவில்லையா?

ஏன் இல்லாமல்? ‘எறும்புத் தோலை உரித்துப் பார்க்க யானை வந்ததடா’ என்று அதிரவைத்து, ‘என் இதயத் தோலை உரித்துப் பார்க்க ஞானம் வந்ததடா’ என்று தத்துவம் சொன்னாரே கண்ணதாசன்!

இழிவாக நினைக்காதீர்கள், சிறு எறும்பும் கவி எழுத உதவும்!

111. கங்கையும் காவிரியும்

படம்: ஞானப்பழம்
பாடல்: யாரும் இல்லாத தீவொன்று வேண்டும்
எழுதியவர்: பா. விஜய்
இசை: கே. பாக்யராஜ்
பாடியவர்கள்: உன்னி கிருஷ்ணன், சுஜாதா

காவிரியில் வந்து கங்கை
கை சேர்க்க வேண்டும்,
நாமும் அதில் சென்று காதல்
நீராடவேண்டும்!

இன்று மாயவரம் மயூரநாதர் ஆலயம் சென்றிருந்தேன். அத்தலத்தின் வரலாற்றுப் புத்தகத்தைப் படித்துக்கொண்டிருந்தபோது, சட்டென்று இந்தப் பாடல், இந்த வரியை நோக்கிச் சென்றேன்.

காவிரியில் கங்கை வந்து சேரவேண்டும் என்பது ஒரு சுவையான கற்பனை. புவியியல் ரீதியில் சிரமம், ஆனால் கவி மனத்துக்குச் சாத்தியம், காதல் நோக்கமோ, பக்தி நோக்கமோ!

மனிதர்கள் செய்த குற்றங்களைக் கழுவ கங்கைக்குச் சென்று நீராடுவார்கள். ஆனால், இப்படி எண்ணற்றோரின் அழுக்குகளைச் சேர்த்துக்கொண்ட கங்கை என்ன ஆகும்?

தவறு செய்த மனிதர்கள் கங்கையில் குளித்துக் குளித்து அந்த நதியே அழுக்காகிவிட்டதாம். அதனைப் புனிதமாக்க, மாயவரம் நகரில் உள்ள காவிரிக்கு வந்து மூழ்கி எழுந்ததாம். இப்படிச் செல்கிறது இந்நகரின் தல புராணம்.

கிட்டத்தட்ட இதையே பிரதிபலிப்பதுபோல, 'மகாநதி' படத்தில் வாலி எழுதிய இரு வெவ்வேறு பாடல்கள், ஒன்றில் 'கங்கையின் மேலான காவிரித் தீர்த்தம்' என்பார், இன்னொரு பாடலில், 'இங்கே குளிக்கும் மனிதர் அழுக்கில் கங்கை கலங்குது' என்பார்.

இதற்கெல்லாம் அர்த்தம், கங்கையை இழிவுபடுத்துவது அல்ல. நம் அழுக்குகளை ஒரு நதி கழுவிவிடும் என்ற சிந்தனை ஒரு வசதியாக அமைந்துவிடக்கூடாது. 'தப்புச் செஞ்சுட்டு, அப்புறமா மன்னிப்புக் கேட்டுக்கலாம்' என்று நினைக்காமல், உண்மையிலேயே திருந்துகிறவர்களாக நாம் இருக்கவேண்டும் என்றுதான் வாலியும், மாயவரத் தல புராணமும் சொல்வதாக நான் நினைக்கிறேன்!

112. அழகின் கதகதப்பு!

படம்: உயிரே
பாடல்: தைய தையா
எழுதியவர்: வைரமுத்து
இசை: ஏ. ஆர். ரஹ்மான்
பாடியவர்கள்: சுக்விந்தர் சிங், மால்குடி சுபா

அவள் கண்களோடு இருநூறாண்டு,
மூக்கின் அழகோடு முந்நூறாண்டு,
அவள் அழகின் கதகதப்பில் ஆண்டு ஐநூறு வாழவேண்டும்!

ஐநூறா, ஐந்நூறா, எது சரி?

வழக்கம்போல், இரண்டுமே சரிதான், எந்தச் சூழ்நிலையில் பயன்படுத்துகிறீர்கள் என்பதைப் பொறுத்து விடை மாறும்!

சாலையில் நடந்து செல்கிறீர்கள். கீழே ஏதோ கிடக்கிறது, குனிந்து பார்த்தால், அது ஒரு நூறு ரூபாய் நோட்டு. மகிழ்ச்சியில் துள்ளுகிறீர்கள். 'ஐ! நூறு ரூபாய் கிடைத்தது எனக்கு' என்கிறீர்கள்.

ஆனால், அதே இடத்தில் ஐந்து நூறு ரூபாய்த் தாள்கள் கிடைத்தால், 'ஐநூறு ரூபாய்' என்று சொல்லக்கூடாது, 'ஐந்நூறு ரூபாய்' என்றுதான் சொல்லவேண்டும்!

ஐந்து + நூறு ஆகியவை இணையும்போது, 'ஐந்து' என்ற சொல்லின் நிறைவில் உள்ள 'து' என்ற எழுத்து நீக்கப்படும், ஆனால் 'ந்' என்ற எழுத்து நீக்கப்படாது, இதனைத் தொல்காப்பியம் 'நான்கும் ஐந்து ஒற்றுமெய் திரியா' என்று குறிப்பிடுகிறது.

ஆக, ஐந்(து) + நூறு = ஐந்நூறு.

113. ஒரு ‘கமா’க் கட்டுரை

படம்: உலகம் சுற்றும் வாலிபன்
பாடல்: அவள் ஒரு நவரச நாடகம்
எழுதியவர்: கண்ணதாசன்
இசை: எம். எஸ். விஸ்வநாதன்
பாடியவர்: எஸ். பி. பாலசுப்ரமணியம்

அவள் ஒரு நவரச நாடகம்,
ஆனந்தக் கவிதையின் ஆலயம்,
தழுவிடும் இனங்களில் மானினம்,
தமிழும் அவளும் ஓரினம்!

ஆங்கிலத்தில் எந்த இரண்டு சொற்களை இணைத்துப் பட்டியல் போட்டாலும், நடுவில் ஒரு கமா (காற்புள்ளி) அல்லது *‘and’* என்ற சொல்லைச் சேர்க்கிறோம். உதாரணமாக: *Ram and Laxman* அல்லது *Ram, Laxman.*

இதை அப்படியே தமிழுக்கும் நீட்டி, இப்படி எழுதுகிறோம்: ராம் மற்றும் லட்சுமணன் அல்லது ராம், லட்சுமணன்.

ஆனால் இந்த இரண்டு தவிர, தமிழில் மூன்றாவதாக இன்னொரு

வகையும் உண்டு. பட்டியலில் உள்ள சொற்களுடன் ‘உம்’ சேர்த்து எழுதுவது. இப்படி: ராமனும் லட்சுமணனும்.

இலக்கணத்தில் இதனை ‘எண்ணும்மை’ என்கிறார்கள். அதாவது, ராமன், லட்சுமணன் என்று எண்ணுகிற ‘உம்’மை. உதாரணமாக: நானும் அவனும், சந்திரனும் சூரியனும், பூவும் காயும்...

இப்படி எங்கெல்லாம் ‘எண்ணும்மை’ வருகிறதோ, அங்கெல்லாம் நடுவில் காற்புள்ளி சேர்க்க வேண்டியதில்லை, ‘மற்றும்’ என்ற சொல்லும் வேண்டியதில்லை. இதையெல்லாம் அந்த ‘உம்மை’ பார்த்துக்கொள்கிறது. ‘தமிழும் அவளும் ஓரினம்’ என்று எழுதினால் போதும், ‘தமிழும், அவளும் ஓரினம்’ என்று கமா போட்டு எழுதவேண்டியதில்லை.

114. சின்னஞ்சிறு பெண் போலே!

படம்: வண்ணக்கிளி
பாடல்: சித்தாடை கட்டிக்கிட்டு
எழுதியவர்: மருதகாசி
இசை: கே. வி. மகாதேவன்
பாடியவர்கள்: S.C. கிருஷ்ணன், P. சுசீலா

முத்தாத அரும்பெடுத்து,
முழம்நீள சரம் தொடுத்து,
வித்தாரக் கள்ளி கழுத்தில்
முத்தாரம் போட்டானாம்!

'முத்தாரம்' என்ற சொல் எல்லாருக்கும் தெரியும், முத்து + ஆரம், முத்துகளால் ஆன மாலை. இங்கே, முற்றாத (மல்லிகை அல்லது முல்லை) அரும்புகளைத் தொடுத்து முத்து மாலைபோல் காதலியின் கழுத்தில் போடுகிறான் காதலன்.

அதுவும் எப்படிப்பட்ட காதலி? 'வித்தாரக் கள்ளி'யாம்!

அதென்ன வித்தாரம்? வித்து + ஆரம்? விதைகளைத் தொகுத்த மாலையா?

இந்தச் சொல்லை நாம் பேச்சில் அதிகம் பயன்படுத்துவதில்லை. பாடல்களில் கேட்டிருக்கிறேன், 'வித்தாரக் கவி' என்று சிலரைச் சொல்வார்கள். 'வித்தாரக் கள்ளி வெறகொடிக்கப் போனாளாம், கத்தாழை முள்ளு கொத்தோட வந்துச்சாம்' என்று ஒரு பழமொழி உண்டு.

இதே சொல்லின் வடமொழி வடிவமான 'விஸ்தாரம்' நமக்கு நன்றாகத் தெரியும். ஒருவர் விரிவாக எதையாவது பேசினால், 'நன்கு விஸ்தாரமா விளக்கறார்' என்போம்.

இங்கேயும் அதே அர்த்தம்தான், 'வித்தாரக் கள்ளி' என்றால், வாயைத் திறந்தால் நிறுத்தமாட்டாள், பேசிக்கொண்டே இருப்பாள் என்று பொருள்.

மருதகாசி ரொம்பக் குறும்பான மனிதர்தான். புகழ்வதுபோல் காதலியை 'வாயாடி' என்று சொல்லிவிட்டாரே!

ஆனால், காதலில் உள்ளவர்களுக்கு அவள் பேசும் சிறு சொல்லும் இன்பமாகவே இருக்கும். '*Sweet Nothings*' என்று புகழ்வார்கள். ஆகவே, அவள் நிறைய பேசும் வித்தாரக் கள்ளி என்றால் இன்னும் சந்தோஷம்தான்!

Jokes Apart, 'வித்தாரம்' என்பது வளவளா என்று வாய்க்கு வந்ததைப் பேசுவதல்ல. ஒரு விஷயத்தைப்பற்றி ஆழமாகவும் விரிவாகவும் பேசுவது. அதனால்தான் 'வித்தாரக் கவி' என்பது பெருமையாகச் சொல்லப்படுகிறது. ஆகவே, நாம் 'வித்தாரக் கள்ளி'யையும் பெருமையான வர்ணனையாகவே எடுத்துக்கொள்ளலாம்!

115. 'ஓ' போடு

படம்: பார்த்தேன் ரசித்தேன்
பாடல்: எனக்கென ஏற்கெனவே
எழுதியவர்: வைரமுத்து
இசை: பரத்வாஜ்
பாடியவர்கள்: உன்னி கிருஷ்ணன், ஹரிணி

எனக்கென ஏற்கெனவே பிறந்தவள் இவளோ!
இதயத்தைக் கயிறு கட்டி இழுத்தவள் இவளோ!

தமிழில் 'ஓ' என்ற எழுத்து ஒரு பெயர்ச் சொல்லோடு ஒட்டி வந்தால், அது சந்தேகத்தைக் குறிப்பிடும்.

'நான்' என்றால் உறுதிப்பொருள், 'நானோ' என்றால் சந்தேகம்! ('டாடா நானோ' அல்ல!)

'அவன்' என்றால் உறுதிப்பொருள், 'அவனோ' என்றால் சந்தேகம்!

ஆகவே, இந்தப் பாடலில் 'எனக்கென ஏற்கெனவே பிறந்தவள் இவளோ' என்றால், காதலனுக்கு இன்னும் அவள்தான் தன்னுடைய காதலி, பின்னர் தன் மனைவியாகப்போகிறவள்

எனும் நம்பிக்கை வரவில்லையோ? அதனால்தான் கொஞ்சம் சந்தேகமாகவே பாடுகிறானோ?

காதலனுக்குச் சந்தேகம் வரலாம், கவிஞருக்கு வரலாமா? அவள்தான் என்று உறுதியாக அடித்துச் சொல்லவேண்டாமோ?

வைரமுத்து அதைதான் செய்திருக்கிறார், தண்டியலங்காரத்தில் 'அதிசய அணி' என்று குறிப்பிடப்படும் அணியின்கீழ் வருகிற 'ஐய அதிசயம்' என்ற வகையில் இந்தப் பாடலை எழுதியிருக்கிறார்.

'ஐய அதிசயம்' என்றால் ஐயப்படுவதன்மூலம் (சந்தேகப்படுவதன்மூலம்) ஒரு பொருளை உயர்த்திச் சொல்வது. 'இவளோ' என்றால், இங்கே 'இவள்தான்' என்று அர்த்தம்!

உதாரணமாக, காதலியைப் பார்த்து ஒருவன், 'அடியே நீ வெண்ணிலவோ, பூங்கொத்தோ, தேவதையோ, அப்ஸரஸோ, ஹன்ஸிகாவோ, நஸ்ரியாவோ' என்றெல்லாம் வரிசையாக 'ஓ' போட்டால், அதெல்லாம் சந்தேகம் அல்ல, நீதான் வெண்ணிலவு, நீதான் பூங்கொத்து, நீதான் தேவதை என்று உறுதியாகச் சொல்லி அவளை உயர்த்திப் பேசுவதாக அர்த்தம்!

ஆஹா, இதுவல்லவோ கவிதை!

116. வல் ஆடை, மெல் ஆடை

படம்: ஜீன்ஸ்
பாடல்: கொலம்பஸ் கொலம்பஸ்
எழுதியவர்: வைரமுத்து
இசை: ஏ. ஆர். ரஹ்மான்
பாடியவர்: ஏ.ஆர். ரஹ்மான்

ரெட்டைக் கால் பூக்கள் கொஞ்சம் பாரு,
இன்றேனும் அவசரமாக லவ்வராக மாறு!
அலை நுரையை அள்ளி அவள் ஆடை செய்யலாகாதா!
விண்மீன்களைக் கிள்ளி அதில் கொக்கி வைக்கலாகாதா!

'ஜீன்ஸ்' என்கிற 'வன்' ஆடையின் பெயரில் ஒரு படம், அதற்குள் அலை நுரையை அள்ளிச் செய்த 'மென்' ஆடையைப்பற்றிய ஒரு கற்பனை!

அலை நுரையை அள்ளி ஆடை செய்தால் எப்படி இருக்கும்? மிக மெல்லியதாக, உடல் வண்ணம் வெளியே தெரியும்படி Transparentடாக இருக்கும்.

'ச்சீ, இந்த ஆடையெல்லாம் நம் ஊருக்குப் பொருந்தாதே' என்று யோசிக்கிறீர்களா?

நுரை போன்ற ஆடைகளெல்லாம் நம் ஊரில் எப்போதோ இருந்திருக்கின்றன. பெண்களுக்கு மட்டுமல்ல, ஆண்களுக்கும்!

நம்பமாட்டீர்களா? சீவக சிந்தாமணியில் ஒரு காட்சி. ஹீரோ சீவகன் தன்னை அலங்கரித்துக்கொள்வதை வர்ணிக்கும் திருத்தக்க தேவர், 'இன் நுரைக் கலிங்கம் ஏற்ப மருங்குலுக்கு எழுதி வைத்தான்' என்கிறார்.

அதாவது, இனிய நுரை போன்ற ஆடையைத் தன் இடுப்பில் எழுதிவைத்தானாம்… உடுத்தினான் இல்லை, எழுதினான்… அவன் உடம்பில் ஆடையை வரைந்தாற்போல அப்படிச் சிக்கென்று பிடித்துக்கொண்டிருந்ததாம் அந்த ஆடை.

இப்போது சொல்லுங்கள், லெக்கின்ஸ் எந்த ஊர்க் கலாசாரம்?

117. பெரு வெள்ளம்

படம்: அவதாரம்
பாடல்: ஒரு குண்டுமணி
எழுதியவர்: முத்துக்கூத்தன்
இசை: இளையராஜா
பாடியவர்: இளையராஜா

ஒரு குண்டுமணி குலுங்குதடி கண்ணம்மா காதுல காதுல,
ரெண்டு சிந்தாமணி சிந்துதடி சின்னம்மா சொல்லுல சொல்லுல!

இந்தப் பாடலில் வரும் 'குண்டு மணி'க்கு அர்த்தம், குண்டான மணி என்றுதான் நினைத்துக்கொண்டிருந்தேன். அதாவது, காதில் ஒரு கனமான மணியைத் தொங்கவிட்டிருக்கும் பெண் தலையை ஆட்ட, அந்தக் குண்டான மணி குலுங்குகிறது.

வேறோர் இடத்தில் 'குண்டு மணி தங்கம் வாங்கி வெச்சிருக்கேன்' என்று வாசித்தேன். அங்கேயும் குண்டான மணி அளவு தங்கம் என்றுதான் அர்த்தம் புரிந்துகொண்டேன்.

பிறகு ஒரு நண்பர் சொன்னார், அது 'குன்றி மணி'யாம். சிவப்பு, கருப்பு நிறத்தில் உள்ள 'குன்றி' என்ற தாவரத்தின் விதைக்குதான் அந்தப் பெயர். தங்கத்தைக் குறைவாக வாங்கும்போது அதை அளவிடப் பயன்படுத்தப்படும் மிகச் சிறிய எடைக்கல் அது!

இந்தக் 'குன்றி மணி' என்ற பெயர்தான் பின்னர் பேச்சு வழக்கில் 'குந்து மணி', 'குண்டு மணி' என்று பலவிதமாக மாறிவிட்டதாம். இந்தப் பாடலில் வரும் கண்ணம்மாவின் காதில் குலுங்குவதும், குன்றி மணி அளவு (குறைவான) தங்கம்தான், அல்லது, குன்றி மணி போன்ற சிவப்பான ஏதோ ஒரு கல்லால் செய்யப்பட்ட தோடு!

118. யானோ கவிஞன்?

படம்: நினைத்தாலே இனிக்கும்
பாடல்: பாரதி கண்ணம்மா
எழுதியவர்: கண்ணதாசன்
இசை: எம். எஸ். விஸ்வநாதன்
பாடியவர்கள்: எஸ். பி. பாலசுப்ரமணியம், வாணி ஜெயராம்

பாரதி கண்ணம்மா, நீயடி சின்னம்மா, கேளடி பொன்னம்மா,
அதிசய மலர் முகம், தினசரி பல ரகம்,
ஆயினும் என்னம்மா? தேன்மொழி சொல்லம்மா!

கண்ணதாசன் அவர்களின் உதவியாளராக இருந்த இராம. கண்ணப்பன் எழுதிய 'அர்த்தமுள்ள அநுபவங்கள்' ('அநுபவம்' என்றுதான் எழுதியிருக்கிறார்கள், 'அனுபவம்' என்றல்ல) என்ற நூலை வாசித்துக்கொண்டிருந்தேன். அதில் கண்ணதாசன் பாரதியைப்பற்றிச் சொல்லும் பகுதி மிகவும் உணர்ச்சிகரமானது:

'ஆறு தொகுதிகள் கவிதைகள் எழுதி இருக்கிறேன், ஏராளமா சினிமா பாட்டெழுதி இருக்கிறேன், உரை நடை எழுதி இருக்கிறேன்... பன்றி குட்டி போட்டமாதிரி இவ்வளவு எழுதி என்ன பிரயோசனம்? பாரதி இந்தக் கவிதைத் தொகுதி ஒன்றினால் மட்டும் உலகத்தை ஜெயிச்சுட்டானே!' 'அவன்தான் மகாகவி, என்னைப்பத்தியெல்லாம் பேசப்படாது!' கண்ணதாசன் சொன்னால் ஆச்சா? நாம் இப்போதும் அவரைப்பற்றிப் பேசிக்கொண்டுதானே இருக்கிறோம்!

119. ஆடும் கிளி

படம்: அமுதவல்லி
பாடல்: ஆடைகட்டி வந்த நிலவோ
எழுதியவர்: பட்டுக்கோட்டை கல்யாணசுந்தரம்
இசை: விஸ்வநாதன், ராமமூர்த்தி
பாடியவர்கள்: டி. ஆர். மகாலிங்கம், பி. சுசீலா

கிளைதான் இருந்தும், கனியே சுமந்து
தனியே கிடந்த கொடிதானே,
கண்ணாளனுடன் கலந்து ஆனந்தம்தான் பெறக்
காவினில் ஆடும் கிளிதானே!

பட்டுக்கோட்டையார் கிளை, கனி, கொடி என்று எதையெல்லாம் வர்ணிக்கிறார் என்று யோசித்தபடி அடுத்த வரிக்கு வாருங்கள், அதென்ன 'காவினில்' ஆடும் கிளி?

தமிழில் 'கா' என்ற சொல்லுக்குச் சோலை அல்லது தோட்டம் என்று பொருள், காக்கப்படும் (வேலி போட்ட) தோட்டம் என்று விவரிக்கிறவர்களும் உண்டு.

இந்தச் சொல் நமக்கு அதிகப் பழக்கமில்லாததாக இருக்கலாம். ஆனால், 'பூங்கா' என்று சொல்கிறோமே, அது பூக்கள் நிறைந்த சோலை என்ற பொருள்தானே?

அதேபோல், 'காவிரி' என்ற நதியின் பெயருக்கே 'கா + விரி', அதாவது, சோலைகளை விரித்துச் செல்லும் நீர்வளம்

நிறைந்த ஆறு, அல்லது சோலைகளுக்குள் விரிந்து பரவும் ஆறு என்றெல்லாம் பொருள் சொல்கிறார்கள்.

அப்போ காவேரி?

அதுவும் மக்கள் பயன்பாட்டில் உள்ளது. கவேர முனிவரின் மகள் என்பதால் அவளுக்குக் 'காவேரி' என்று பெயர் வந்ததாம். ஜனகன் மகள் ஜானகி, கேகயன் மகள் கைகேயி என்பதுபோல!

பெயர் / அதற்கான காரணம் எதுவானால் என்ன? ஆற்றில் தண்ணீர் வந்தால் சரி. நீரால் அமையும் உலகு!

120. யாவும் நீ

படம்: கரகாட்டக்காரன்
பாடல்: மாரியம்மா, மாரியம்மா
எழுதியவர்: கங்கை அமரன்
இசை: இளையராஜா
பாடியவர்கள்: மலேசியா வாசுதேவன், கே. எஸ். சித்ரா

மண்ணுக்குள் நீ நல்ல நீரம்மா,
காத்தும், கனலும் நீயம்மா,
வானத்தப் போல் நின்னு பாரம்மா,
வந்தேன் தேடி நானம்மா!

நிலம், நீர், காற்று, நெருப்பு, வானம் என்கிற ஐம்பூதங்களும் நீயாக இருக்கிறாய் என்று பாடுவது பக்தி இலக்கியத்தில் அடிக்கடி வெளிப்படும் அம்சங்களில் ஒன்று.

உதாரணமாக, 'நிலம், நீரொடு ஆகாசம், அனல், கால் ஆகி நின்று' என்று சிவனைக் குறிப்பிடுவார் திருஞானசம்பந்தர். 'நிலம், கால், தீ, நீர், விண் பூதம் ஐந்தாய்' என்று பெருமாளை அழைப்பார் திருமங்கையாழ்வார். இப்படி இன்னும் ஏராளமான உதாரணங்களைச் சொல்லமுடியும்.

அதே மரபை மாரியம்மனுக்கும் எளிய சொற்களில் பொருத்தி சினிமாப் பாடலாகத் தருகிறார் கங்கை அமரன். 'மண் தொடங்கி விண்வரை அனைத்தும் நீயே' என்று அந்தக் கிராமத்துக் காதலர்கள் அவளது கருணையைக் கோரி நிற்கின்றனர்.

இன்னொரு கிராமத்துப் பாட்டில் வாலியும் இதே மரபைப் பின்பற்றி எழுதியிருப்பார், அங்கேயும் போற்றப்படுகிறவள் தேரில் உலா வரும் கருமாரி, மகமாயி, உமைதான்!

நீர், வானம், நிலம், காற்று, நெருப்பான ஐம்பூதம்
உனதாணைதனை ஏற்றுப் பணியாற்றுதே,
பார்போற்றும் தேவாரம், ஆழ்வார்கள் தமிழாரம்,
இவை யாவும் எழிலே உன் பதம் போற்றுதே!

121. உத்தரவின்றி உள்ளே வா

படம்: ஜில்லுன்னு ஒரு காதல்
பாடல்: முன்பே வா
எழுதியவர்: வாலி
இசை: ஏ. ஆர். ரஹ்மான்
பாடியவர்கள்: நரேஷ் ஐயர், ஷ்ரேயா கோஷல்

நீ நீ மழையில் ஆட,
நான் நான் நனைந்தே வாட,
என் நாளத்தில் உன் ரத்தம்,
நாடிக்குள் உன் சத்தம்!

பள்ளியில் தமிழ் மீடியத்தில் அறிவியல் (அல்லது உயிரியல்) படித்தவர்களுக்கு இந்த வரிகளைப் படித்தவுடன் சட்டென்று அந்த 'நாளம்' என்ற சொல்லில் மனம் சென்று நிற்கும்.

'ரத்தக் குழாய்' என்று நாம் பரவலாகச் சொல்லும் அதே வார்த்தைதான். 'ரத்த நாளம்' என்று சொன்னால் இன்னும் அழகாக இருக்கிறது. நாளத்திற்கும் குழாய்க்கும் ஏதேனும் நுட்பமான வேறுபாடு உண்டா என்று தெரியவில்லை.

அப்புறம் அந்த நாளமில்லாச் சுரப்பிகள்? தமனி? சிரை?

தந்துகி? இந்த வார்த்தைகளையெல்லாம் கேட்கும்போது, மறுபடி ஒன்பதாங்கிளாஸுக்குத் திரும்பிவிடமாட்டோமா என்றிருக்கிறது!

விஷயத்துக்கு வருவோம். நம் உடம்பு நிறைய இருக்கும் ரத்த நாளங்கள் பேச்சிலோ, சினிமாப் பாடல்களிலோ அதிகம் வருவதில்லை என்று நினைத்தேன். கொஞ்சம் தேடினால் ஒரு சில நல்ல உதாரணங்கள் சிக்கின:

உயிர் உருகிய அந்த நாள் சுகம்,
அதை நினைக்கையில்,
ரத்த நாளங்கள் ராத்திரி வெடிக்கும் (வாலி)

★★★

நாளங்கள் ஊடே
உனதன்பின் பெருவெள்ளம் (மதன் கார்க்கி)

★★★

ரத்த நாளங்களில் போடும் தாளங்களில்
புதுத் தாலாட்டுதான் பாடுமா? (பொன்னியின் செல்வன்)

★★★

மேளங்கள் முழங்குதுங்க, ரத்த
நாளங்கள் துடிக்குதுங்க (டி. ராஜேந்தர்)

★★★

ஒரே ஒரு ஆச்சர்யம், ‘அறிவியல் கவிஞர்’ வைரமுத்து இந்தச் சொல்லை இதுவரை பயன்படுத்தவில்லையோ? அல்லது, அவர் எழுதியது என் கண்ணில் படவில்லையோ?

122. மலரும் அன்பு

படம்: பாண்டிய நாடு
பாடல்: ஒத்தைக்கடை
எழுதியவர்: வைரமுத்து
இசை: டி. இமான்
பாடியவர்கள்: சுராஜ் சந்தோஷ், ஹரிஹரசுதன்

ஜெயிச்சா இன்பம் வரும், தோத்தா ஞானம் வரும்,
இதான் மச்சி லவ்வு! இது இல்லா வாழ்க்கை ஜவ்வு!
நாரும் பூ ஆகும்டா, மச்சி
மோரும் பீர் ஆகும்டா!

'பூவோடு சேர்ந்த நாரும் மணக்கும்' என்பது நம் எல்லாருக்கும் தெரிந்த பழமொழி. வாசனை எதுவும் இல்லாத நாரில்கூட, அதனால் கட்டப்பட்டுள்ள பூக்களின் வாசனை சேர்ந்துவிடும் என்பதுதான் இதன் அர்த்தம்.

அங்கிருந்து அப்படியே ஒரு டைவ் அடித்துத் திருக்குறளுக்குச் செல்வோம். இந்தப் பாடலைப் பாருங்கள்:

நாணாமை, நாடாமை, நார் இன்மை யாது ஒன்றும்
பேணாமை பேதை தொழில்

அதாகப்பட்டது, பேதைங்களோட வேலைகள் என்னென்ன தெரியுமா?

1. கெட்டதைச் செய்யறமேன்னு வெட்கப்படமாட்டாங்க : நாணாமை

2. நல்லதைத் தேடமாட்டாங்க : நாடாமை

3. அவங்ககிட்ட நார் இருக்காது : நார் இன்மை

4. நல்லபடியாப் பார்த்துக்கவேண்டிய நல்ல குணங்களைப் பராமரிக்கமாட்டாங்க : பேணாமை

மற்றதெல்லாம் புரிகிறது. அதென்ன 'நார் இன்மை'? நார் இல்லாமல் எப்படி பூவைக் கட்டுவார்கள்? அது என்ன வயர்லெஸ் பூமாலையா?

தமிழில் 'நார்' என்ற சொல்லுக்கு அன்பு என்றும் அர்த்தம் உண்டு. அதைதான் திருவள்ளுவர் இங்கே பயன்படுத்துகிறார். 'நார் இன்மை' என்றால், அன்பு இல்லாத மனம் என்று அர்த்தம்.

இன்னொரு ரிவர்ஸ் ஜம்ப் அடித்து பழமொழிக்குத் திரும்பி வாருங்கள். இப்போது 'பூவோடு சேர்ந்து நாரும் மணக்கும்' என்றால் என்ன அர்த்தம்?

காதலிக்குப் பூ வாங்கிக் கொடுத்தால், அவளுக்கு உன்மேல் அன்பு பிறக்கும், அதுவும் அந்தப் பூவைபோலவே, அந்தப் பூவைப்போலவே மணம் வீசும்!

அப்புறமென்ன? உடனே ஓடுங்க பூக்கடைக்கு!

123. கவலைப்படாதே சகோதரா!

படம்: ஆனந்த ஜோதி
பாடல்: காலமகள் கண் திறப்பாள் சின்னையா
எழுதியவர்: கண்ணதாசன்
இசை: விஸ்வநாதன், ராமமூர்த்தி
பாடியவர்: பி. சுசீலா

சின்னச் சின்ன துன்பமெல்லாம்
எண்ண எண்ணக் கூடுமடா!
ஆவதெல்லாம் ஆகட்டுமே,
அமைதி கொள்ளடா!

கண்ணதாசனின் பல பாடல்களைப் படிக்கும்போது அல்லது கேட்கும்போது, இவர் ஒரு மனோதத்துவ நிபுணராக இருப்பாரோ என்று சந்தேகம் வரும். இந்தப் பாடல் அந்த வகைதான்.

ஒரு சின்னக் கல்லைச் சிறிது நேரம் கையில் வைத்திருந்தால் வலி ஏற்படாது, அதையே அதே நிலையில் சில மணி நேரங்கள் வைத்திருந்தால் கஷ்டம்தான்.

'நாம் சந்திக்கிற துன்பங்களெல்லாம் அப்படிதான்' என்று ஒரே போடாகப் போட்டுவிடுகிறார் கண்ணதாசன். 'சிறிய

கல்லைக்கூடப் பெரிய பாறையாக்குவது நம் எண்ணங்கள்தான், என்ன நடந்தாலும் சமாளிக்கலாம் என்று அமைதியாக இருப்போம்!' என்று எளிய சொற்களில் தெளிவாகச் சொல்லிவிடுகிறார்.

ஒரு சிறுவனைப் பார்த்து நாயகி பாடுவதாக வரும் இந்தப் பாடலில் பாதி தன்னம்பிக்கை, மீதி கடவுள் நம்பிக்கை. 'கல்லிருக்கும் தேரைக்கெல்லாம் கருணை தந்த தெய்வம், கனி இருக்கும் வண்டுக்கெல்லாம் துணை இருந்த தெய்வம், நெல்லுக்குள்ளே மணியை, நெருப்பினிலே ஒளியை உள்ளுக்குள்ளே வைத்த தெய்வம் உனக்கு இல்லையா? தம்பி, நமக்கு இல்லையா?' என்கிற வரிகளைக் கேட்டு நம்பிக்கை பெறும் அந்தச் சிறுவர், பி(இ)ன்னாள் நா(த்தி)யகர் கமலஹாசன்!

அதனால் என்ன? கண்ணதாசனும் முன்னாள் நாத்திகர்தானே!

124. வானவில் ஆடை

படம்: ரோஜா
பாடல்: சின்னச் சின்ன ஆசை
எழுதியவர்: வைரமுத்து
இசை: ஏ. ஆர். ரஹ்மான்
பாடியவர்கள்: மின்மினி, ஏ. ஆர். ரஹ்மான்

சேற்று வயல் ஆடி, நாற்று நட ஆசை,
மீன் பிடித்து மீண்டும் ஆற்றில் விட ஆசை,
வானவில்லைக் கொஞ்சம் உடுத்திக்கொள்ள ஆசை,
பனித்துளிக்குள் நானும் படுத்துக்கொள்ள ஆசை!

'உடை' என்ற வேர்ச்சொல்லில் இருந்து பிறந்தது 'உடுத்தல்' என்ற செயல். இதே வரிசையில் வரும் 'உடுப்பு' என்பதும் மிக அழகான சொல். ஆனால் ஆடை சார்ந்த மற்ற சொற்களோடு ஒப்பிடும்போது இவற்றை நாம் பேச்சில் குறைவாகவே பயன்படுத்துகிறோம்.

உண்மையில் 'உடுப்பு' என்பது 'உடுபு' என்ற கன்னடச் சொல்லில் இருந்து வந்தது என்கிறார் பாவாணர். அப்படியானால் 'உடுத்தல்' என்ற பெயர்ச்சொல்லும் அதன்பிறகுதான் வந்திருக்கவேண்டும்.

பழந்தமிழ்ப் பாடல்களில் ‘உடுத்தல்’க்கு நிறைய மரியாதை இருக்கிறது. உதாரணமாக: *நீர் ஆரும் கடல் உடுத்த நில மடந்தை, உண்பது நாழி, உடுப்பது இரண்டே!*

சினிமாப் பாடல்களைப் பொறுத்தவரை, ‘பட்டுடுத்தி’ என்ற சொல் மிகப் பிரபலம் (பட்டு உடுத்தி), மற்றபடி இடுப்புக்கு எதுகையாக இருந்தும் உடுப்பைக் கவிஞர்கள் அதிகம் விரும்பாதது பெருவிநோதம்.

முந்தின வரியில் இரட்டை அர்த்தம் ஏதுமில்லை என்பதையும் சொல்லிவிடுகிறேன் ;)

125. மருந்து

படம்: கர்ணன்
பாடல்: கண்கள் எங்கே
எழுதியவர்: கண்ணதாசன்
இசை: விஸ்வநாதன், ராமமூர்த்தி
பாடியவர்: பி. சுசீலா

இனமென்ன, குலமென்ன, குணமென்ன அறியேன்,
ஈடொன்றும் கேளாமல் எனை அங்கு கொடுத்தேன்,
கொடை கொண்ட மத யானை உயிர் கொண்டு நடந்தான்,
குறை கொண்ட உடலோடு நான் இங்கு மெலிந்தேன்!

இந்த நாயகியின் காதல் வேகத்தைக் கண்ணதாசன் எளிய வார்த்தைகளால் அழுத்தமாகப் பதிவு செய்துள்ளார். 'கொடை கொண்ட மத யானை'யாகிய அவனை நினைத்து இளைத்த இவளுடைய நோய்க்கு என்ன மருந்து?

அதைப் பல நூற்றாண்டுகளுக்கு முன்னால் ஒரு பெண்ணே எழுதியிருக்கிறாள், இன்று தொடங்கும் மார்கழியின் நாயகி, ஆண்டாள் பாசுரத்திலிருந்து ஒரு பகுதி இது:

வண்ணம் திரிவும் மனக்குழைவும் மானமிலாமையும் வாய் வெளுப்பும்

உண்ணல் உறாமையும் உள்மெலிவும் ஓதநீர் வண்ணன் என்பான் ஒருவன்

தண் அம் துழாய் என்னும் மாலை கொண்டு சூட்டத் தணியும்!

இங்கே ஆண்டாளே நோயாளி, அவளே மருத்துவரும். தன்னுடைய நோய்க்கு அவள் சொல்லும் *Symptoms*ஐப் பாருங்கள்:

★ உடல் வண்ணம் மாறும் (பசலை)

★ மனம் தளரும்

★ வெட்கம் மறக்கும்

★ வாய் வெளுக்கும்

★ சாப்பாடு தேவைப்படாது

★ உடல் மெலியும் / உள்ளம் சுருங்கும்

சரி. இந்த நோய்க்கு மருந்து?

கடல் வண்ணம் கொண்ட என் காதலன் (திருமால்), குளிர்ந்த அழகான துளசி மாலையைக் கொண்டுவந்து எனக்குச் சூட்டவேண்டும். உடனே இந்த *Symptoms* குறைந்து நோய் தணிந்துவிடும்.

அப்புறமென்ன? கல்யாண நாள் பார்க்கச் சொல்லலாமா?

126. என் காந்தா!

படம்: கண்ட நாள் முதல்
பாடல்: கண்ட நாள் முதலாய்
எழுதியவர்: என். எஸ். சிதம்பரம்
இசை: என். எஸ். சிதம்பரம் / யுவன் ஷங்கர் ராஜா
பாடியவர்: பூஜா, சுபிக்ஷா

கண்ட நாள் முதலாய், காதல் பெருகுதடி,
கையினில் வேல் பிடித்த, கருணை சிவ பாலனை!
வண்டிசை பாடும் எழில் வசந்தப் பூங்காவில்,
வந்து சுகம் தந்த கந்தனை, என் காந்தனை!

என். எஸ். சிதம்பரம் எழுதி இசையமைத்த பழைய பாடல் இது. பின்னர் அதனை ரீமிக்ஸ் செய்து ஒரு படத்தில் பயன்படுத்திக்கொண்டார் யுவன் ஷங்கர் ராஜா. பாடல் வரிகளை மாற்றவில்லை.

இந்தப் பாடலில் நாம் கவனிக்கவிருக்கும் வார்த்தை 'காந்தன்'.

முருகனைப் பாட வந்த என். எஸ். சிதம்பரம், கந்தன், காந்தன் என்று இயைபுத் தொடைக்காக மட்டும் அந்த வார்த்தையைப்

பயன்படுத்தவில்லை. ‘காந்தன்’ என்றால் கணவன் என்று அர்த்தம். அந்தக் கந்தனையே தன்னுடைய கணவனாக நினைத்துப் பாடும் ஒரு பெண்ணின் மொழியாக இந்தப் பாடல் உள்ளது.

கண்ணனைப் பலவிதமாகக் கற்பனை செய்து எழுதிய பாரதி, ‘கண்ணன்: என் காதலன்’க்கும் ‘கண்ணன்: என் தந்தை’க்கும் இடையே, ‘கண்ணன்: என் காந்தன்’ என்று ஒரு பாட்டு எழுதியுள்ளார்.

‘லஷ்மி காந்தன்’ என்று பெயர் கேள்விப்பட்டிருப்பீர்கள், அதன் அர்த்தம், திருமகளின் கணவன்.

இதே ‘காந்தன்’ என்ற பெயர், ‘சிறந்த ஆண்’ என்பதுபோன்ற பொருளிலும் வருகிறது என்று நினைக்கிறேன், எழுத்தாளர் ‘ஜெயகாந்தன்’ பெயருக்கு அர்த்தம், வெற்றியின் கணவன்? அல்லது, தொடர்ந்து ஜெயித்துக்கொண்டே இருக்கும் ஆண் மகன்?

இந்தத் திசையில் இன்னும் கொஞ்சம் ஆராய்ச்சியை நீட்டினால், விஜயகாந்த், ரஜினிகாந்த் போன்ற பெயர்களும் விஜயகாந்தன், ரஜினிகாந்தன் என்பதன் சுருக்கம்தானா? ஈர்க்கும் காந்தத்துக்கும் இவற்றுக்கும் என்ன தொடர்பு?

போகட்டும், ‘காந்தன்’ என்றால் கணவன், அதற்குப் பெண்பால், அதாவது ‘மனைவி’க்கு இணையான சொல் என்ன?

‘காந்தி’ அல்ல, காந்தை!

இதற்குச் சான்றாக, நீதி நூல் பாடல் ஒன்றில் ‘புரவிகள்போல் காந்தனும் காந்தையும்’ என்கிறது. அதாவது, கணவனும் மனைவியும் ஒரு வண்டியில் பூட்டிய இரண்டு குதிரைகளைப்போல் ஒருமித்த சிந்தனையோடு இருக்கவேண்டுமாம்!

127. கட்டிடமா? கட்டடமா?

படம்: வேலைக்காரன்
பாடல்: தோட்டத்துல பாத்தி கட்டி
எழுதியவர்: மு. மேத்தா
இசை: இளையராஜா
பாடியவர்கள்: எஸ். பி. பாலசுப்ரமணியம், எஸ். பி. ஷைலஜா, சாய்பாபா

கட்சிகளும் வாங்கி இங்கே கட்டிடங்கள் வெச்சிருக்கு,
கஷ்டப்படும் ஏழைக்கெல்லாம் கட்டாந்தரைதானிருக்கு!

'கட்டிடம்' என்ற வார்த்தையைதான் பேச்சில், எழுத்தில் நாம் அதிகம் பயன்படுத்துகிறோம், மிகச் சிலர்மட்டும் 'கட்டடம்' என்று எழுதுகிறார்கள். இவற்றுள் எது சரி?

இரண்டுமே சரிதான், நீங்கள் எந்த அர்த்தத்தில் சொல்லவருகிறீர்கள் என்பதைப்பொறுத்து வார்த்தை மாறும்.

முதலில், கட்டடம், கட்டிடம் ஆகிய வார்த்தைகளைப் பிரித்துப் புரிந்துகொள்வோம், அப்புறம் பிழையே வராது.

முத்து + அணி = முத்தணி என்று புணர்கிறதல்லவா, அதுபோல, கட்டு + அடம் = கட்டடம்.

’கட்டு’ என்பது எல்லாருக்கும் தெரிந்த வார்த்தை, அதென்ன ‘அடம்’? இப்பவே எனக்குக் கல்யாணம் கட்டிவெச்சாதான் ஆச்சு என்று ஒருவர் விழுந்து புரண்டு அடம் பண்ணுகிறாரா?

ஒன்றன்மீது ஒன்றாகப் பொருள்களை வைக்கும்போது, அதை ‘அடுக்குதல்’ என்கிறோம், இதே காரணத்தால் *Apartment*களுக்குத் தமிழில் ‘அடுக்ககம்’ என்று பெயர் உண்டு. ‘அடுக்கு மல்லி’ என்ற மலருக்கும் இதே காரணத்தால் அமைந்த பெயர்தான்.

அடுக்குதல், அடுக்ககம், அடுக்கு மல்லி ஆகியவற்றின் வேர்ச்சொல்தான் இந்த ‘அடம்’. செங்கற்களை / மற்ற கட்டுமானப் பொருள்களை அடுக்கிக் கட்டப்படுவது கட்டடம்.

அடுத்து, முத்து + இனம் = முத்தினம் என்று புணர்கிறதல்லவா, அதுபோல, கட்டு + இடம் = கட்டிடம். அதாவது, கட்டுகின்ற இடம், அல்லது கட்டுவதற்கான இடம், கட்டுமானப் பொருள்களைச் சேகரித்துவைத்திருக்கும் இடம்.

ஆக, ‘கட்டடம்’ என்பது *Building*, ‘கட்டிடம்’ என்பது *Construction Site*.

இன்னொரு கோணம், ‘கட்டு இடம்’ என்பதை வினைத்தொகையாகவும் பார்க்கலாம், இதுபற்றி ஏற்கெனவே ‘நாலு வரி நோட்’டில் பேசியிருக்கிறோம் (‘இச்’ உண்டா இல்லையா?” என்ற கட்டுரையில்).

வினைத்தொகை முக்காலத்துக்கும் பொருந்தும், ஆக, கட்டு இடம் என்பதற்குக் கட்டுகின்ற இடம், கட்டிய இடம், கட்டப்போகும் இடம் என்று அர்த்தம் வரும். அந்த விதத்தில் பார்த்தால், ‘கட்டிடம்’ என்ற சொல்லையும் *Building*ஐக் குறிப்பிடுவதற்குப் பயன்படுத்தலாம். மு. மேத்தா இந்தப் பாடலில் குறிப்பிடுவதுபோல!

128. கோடைக் காற்று!

படம்: நினைவெல்லாம் நித்யா
பாடல்: நீதானே எந்தன் பொன்வசந்தம்
எழுதியவர்: வைரமுத்து
இசை: இளையராஜா
பாடியவர்: எஸ். பி. பாலசுப்ரமணியம்

நீ ஆடை, அணிகலன் சூடும் அறைகளில்
ரோஜா, மல்லிகை வாசம்! முக
வேர்வைத் துளியது போகும்வரையிலும்
தென்றல் கவரிகள் வீசும்!

'கவரி வீசுதல்' என்றவுடன், பள்ளியில் தமிழ் படித்த எல்லாருக்கும் சட்டென்று மோசிக்கீரனார் ஞாபகம் வரும்.

புறநானூறுப் பாடல் ஒன்றில் வரும் பிரபலமான கதை அது. மோசிகீரனார் என்ற இந்தப் புலவர் ஓர் அரசனைச் சந்திக்கச் செல்கிறார். அவன் பெயர் 'சேரமான் தகடூர் எறிந்த பெருஞ்சேரல் இரும்பொறை'.

நல்லவேளை அந்தக் காலத்தில் பாஸ்போர்ட்டெல்லாம் இல்லை. அப்படி இருந்திருந்தால், இந்த ராஜாவின் பெயரை

எழுதி முடிப்பதற்குள் அதிலுள்ள பக்கங்கள் அனைத்தும் தீர்ந்துபோயிருக்கும்!

அது நிற்க, ராஜாவைப் பார்க்கப் போனார் புலவர். ஆனால் அவன் ஊரில் இல்லை. நடந்துவந்த களைப்பில் ஏதோ ஓர் இடத்தில் சுருண்டு படுத்துத் தூங்கிவிட்டார்.

உண்மையில், அது 'ஏதோ ஓர் இடம்' அல்ல. ராஜாவின் அதிகார முரசு வைக்கப்படும் இடம், அதன் பெயர் 'முரசுக் கட்டில்'. அதில் புலவர் படுத்து உறங்கியது மிகப் பெரிய குற்றம்.

ஆகவே, திரும்பி வந்த ராஜாவுக்கு மோசிகீரனாரைப் பார்த்துக் கோபம், முரசுக் கட்டிலை அவமானப்படுத்தியவரை வெட்டிவிட எண்ணி வாளை உருவினான்.

ஆனால், நெருங்கியபிறகுதான் அவர் புலவர் என்பது அவனுக்குப் புரிந்தது, ஆத்திரம் தணிந்தது, வாளைக் கீழே போட்டுவிட்டு, அவருக்குக் கவரி வீசினான்.

ராஜா கையிலிருந்த அந்தக் கவரியைத் தூக்கி இங்கே தென்றல் கையில் கொடுத்துவிட்டார் வைரமுத்து, இதமான காற்றைப் பார்க்கும்போது, நாயகியின் முக வேர்வையைத் துடைப்பதற்காக அந்தத் தென்றலே நேரில் வந்து கவரி வீசுவதுபோல் இருக்கிறதாம்!

அது சரி, 'கவரி மான்' என்று கேள்விப்படுகிறோமே, அதற்கும் இந்தக் 'கவரி'க்கும் சம்பந்தம் உண்டா?

நிச்சயமாக உண்டு. அதற்குமுன்னால், அது 'கவரி மான்' அல்ல, 'கவரி மா' என்பதுதான் சரியான சொல். மா என்றால் விலங்கு, அது மானாக இருக்கவேண்டும் என்று அவசியம் இல்லை.

மாவோ மானோ, அது குளிர்ப் பகுதியில் வாழும் பிராணி, ஆகவே, அதற்கு உடல்முழுதும் நிறைய முடி இருக்கும், அந்த முடி நீங்கினால் இயற்கை ஸ்வெட்டர் இல்லாமல், குளிரைத்

தாங்கமுடியாமல் அது இறந்துவிடும், இதை மையமாக வைத்து 'மயிர்நீப்பின் உயிர்வாழாக் கவரி மா' என்கிறார்கள், அதைக் கௌரவம் / மானம் போன்றவற்றுடன் தொடர்புபடுத்தி உவமையாக்குகிறார்கள்.

போகட்டும், 'கவரி' வீசுவதற்கும் 'கவரி' மா என்ற பிராணிக்கும் சொல் தொடர்பு எப்படி ஏற்பட்டது?

'கவரி' என்ற வார்த்தையின் பொருள் 'முடி நிறைந்த' (அல்லது) 'முடிபோன்ற ஒரு பொருள் நிறைந்த'. இந்த அர்த்தத்தில் இதனை எங்கு வேண்டுமானாலும் பொருத்தலாம்:

★ முடி நிறைந்த விலங்கு : கவரி மா

★ முடியால் செய்யப்பட்ட விசிறி : கவரி

★ முடிபோல் அடர்ந்து வளரும் நெற்பயிர் : கவரி நெல்

விளையாட்டுப் போட்டிகளின்போது *Cheer Girls* பல வண்ணங்களில் முடி அடர்ந்தாற்போன்ற தொகுதியைக் கொண்ட ஒரு குச்சியைக் கையில் வைத்து ஆ(ட்)டுகிறார்கள், அதற்கும் அநேகமாக இதே பெயரைச் சூட்டலாம் என்று நினைக்கிறேன்.

மறுபடி கவரி என்கிற விசிறிக்கு வருவோம், மோசிகீரனாரைக் கௌரவித்த அரசனும், காதலியின் வியர்வைத் துளியைத் துடைத்த தென்றலும் கையால்தான் கவரி வீசினார்கள். அதுதான் முறை.

ஆனால், கம்பர் ஓர் இடத்தில் 'கவரி வீசிய கால்' என்கிறார். இதென்ன கூத்து? காலால் கவரி வீசுவது வழக்கமில்லையே.

இங்கே 'கால்' என்றால் வலது கால், இடது கால் அல்ல, 'காற்று' என்று அர்த்தம். 'கவரி வீசிய கால்' என்றால், (கையால்) கவரி வீச, அதனால் எழுந்த காற்று!

129. இசைத் தமிழ் நீர் செய்த அருஞ்சாதனை

படம்: காதல் மன்னன்
பாடல்: மெட்டுத் தேடி
எழுதியவர்: வைரமுத்து
இசை: எம். எஸ். விஸ்வநாதன்
பாடியவர்: எம். எஸ். விஸ்வநாதன்

மெட்டுத் தேடித் தவிக்குது ஒரு பாட்டு
அந்தப் பாட்டுக்குள்ளே துடிக்குது ஒரு மெட்டு
அதைக் கண்ணதாசன் கண்டு சொன்னா ரசிக்காதா?
இல்லை விஸ்வநாதன் கண்டு சொன்னா ருசிக்காதா?

மெட்டுக்குப் பாட்டா அல்லது பாட்டுக்கு மெட்டா? இசைக்கு வரிகள் மேன்மை தருகின்றனவா? அல்லது வரிகளுக்கு இசையால் பெருமையா?

தமிழின் மிகச் சிறந்த இசையமைப்பாளர் : கவிஞர் இணையை முன்வைத்துக் கேட்டால், கண்ணதாசனுக்கு விஸ்வநாதன் ஆதாரமா? அல்லது விஸ்வநாதனுக்குக் கண்ணதாசனா?

இக்கேள்விக்கு ஒரு பதில்தான் இருக்கவேண்டுமா? பட்டிமன்றம் பாணியில் 'இரண்டும்' என்று சொல்லமுடியாதா?

தமிழில் இசை கொண்டாடப்பட்ட அளவு கவிதை கொண்டாடப்படவில்லை என்பது என் ஆதங்கம். குறிப்பாக திரைப்பாடல் வரிகள்!

மானே, தேனே மீட்டர் வரிகளைத் தாண்டியும், சொல்லப் போனால் அந்தக் கட்டாயங்களுக்குள்ளாகவே படச் சூழலுக்கு இசைந்தபடி நம் திரைக் கவிஞர்கள் பெருஞ்சாதனைகளை நிகழ்த்தியுள்ளனர். அவற்றைக் கம்பனோடும் இளங்கோவோடும் ஒப்பிட்டுத் தரக்குறைவாகப் பேசுவதைவிட, இதுவும் ஒரு கலை வடிவம் என ஏற்பதில் என்ன தயக்கம்?

மற்ற கலைகளைப்போலவே இங்கும் பொழுதுபோக்கு உண்டு, உன்னதம் உண்டு, மொக்கைகளும் உண்டு. எல்லாவற்றையும் ரசிக்கும் மனம் இருக்கவேண்டுவதில்லை, வடிகட்டி வேண்டியதை எடுத்துக்கொள்ளலாம், எடுத்துக்கொள்ளவேண்டும்.

ஏனெனில், மெட்டில்லாத பாட்டு, பாட்டில்லாத மெட்டு இரண்டையும்விட, மெட்டுடன் பாட்டு தனி சுகம். புரிந்தவர்கள் பாக்கியவான்கள்!

தமிழின் அத்துணை திரைப் பாடலாசிரியர்களுக்கும் மனப்பூர்வமான நன்றி!

★★★

தெளிவான எழுத்தும் ஆழமான ஆய்வும் நிறைந்த நூல்களுக்காகத் தமிழ் வாசகர்களிடையில் நன்கு அறியப்பட்டுள்ள என். சொக்கன் புனைவு, வாழ்க்கை வரலாறு, நிறுவன வரலாறு, தன்னம்பிக்கை, சிறுவர் இலக்கியம் உள்ளிட்ட துறைகளில் இதுவரை எழுபதுக்கும் மேற்பட்ட நூல்கள், நூற்றுக்கணக்கான கதைகள், கட்டுரைகளை எழுதியுள்ளார். விரிவான ஆய்வுகள், சான்றுகளின் அடிப்படையிலான ஆழமான வரலாற்று நூல்களைத் தமிழில் எழுத இயலும், அவற்றைப் பெரும்பான்மை வாசகர்களுக்குக் கொண்டுசேர்க்கவும் இயலும் என்பதைப் பலமுறை நிரூபித்த எழுத்து வகை இவருடையது.

தமிழ், ஆங்கிலம் ஆகிய இரு மொழிகளிலும் எழுதும் சொக்கனுடைய நூல்கள் ஹிந்தி, கன்னடம், மலையாளம் உள்ளிட்ட பல மொழிகளில் மொழிபெயர்ப்பாகியுள்ளன.

www.ingramcontent.com/pod-product-compliance
Ingram Content Group UK Ltd.
Pitfield, Milton Keynes, MK11 3LW, UK
UKHW042135021026
15589UKWH00003B/853

9 789393 882073